5 simple pieces of music for string quartet
Volume 3

ISBN 978-90-78808-08-4
© 2008 Uitgeverij Muz
www.uitgeverijmuz.com

XI

Joost de Groot

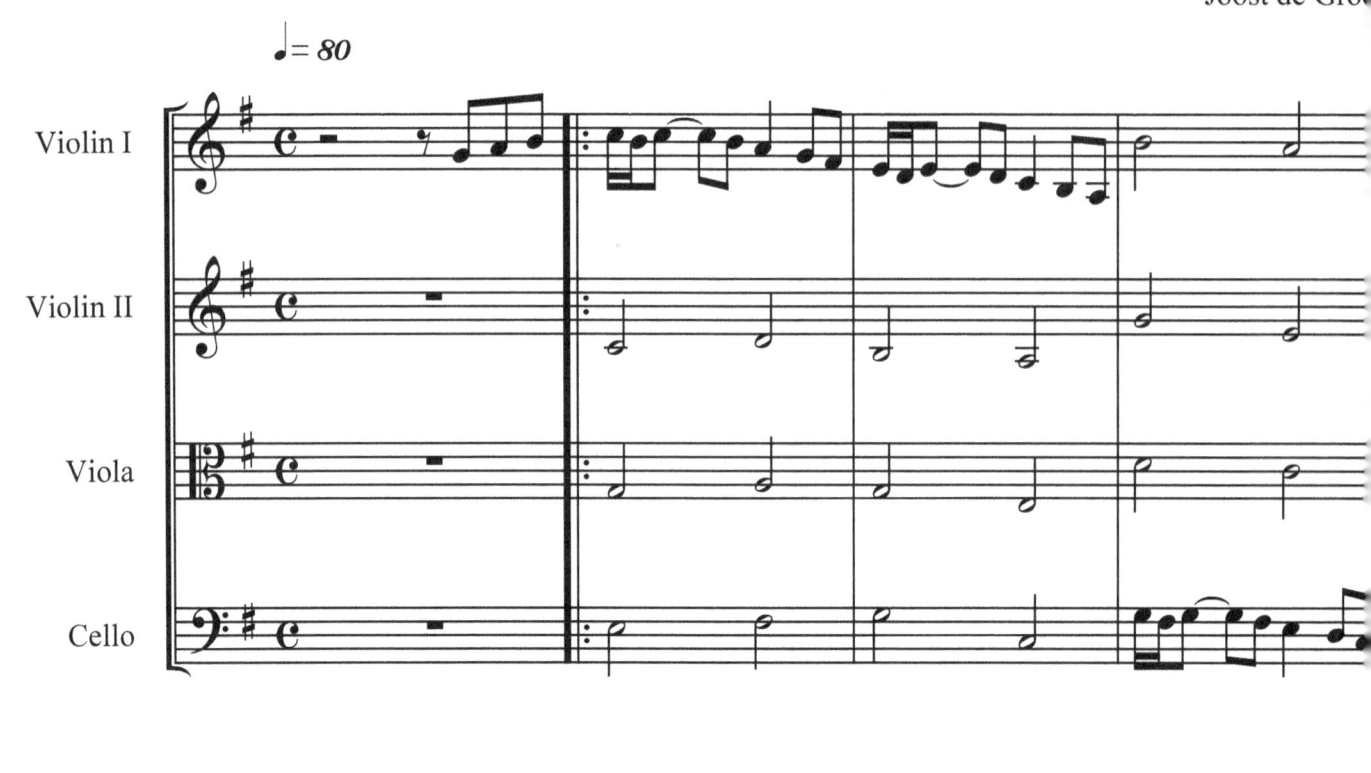
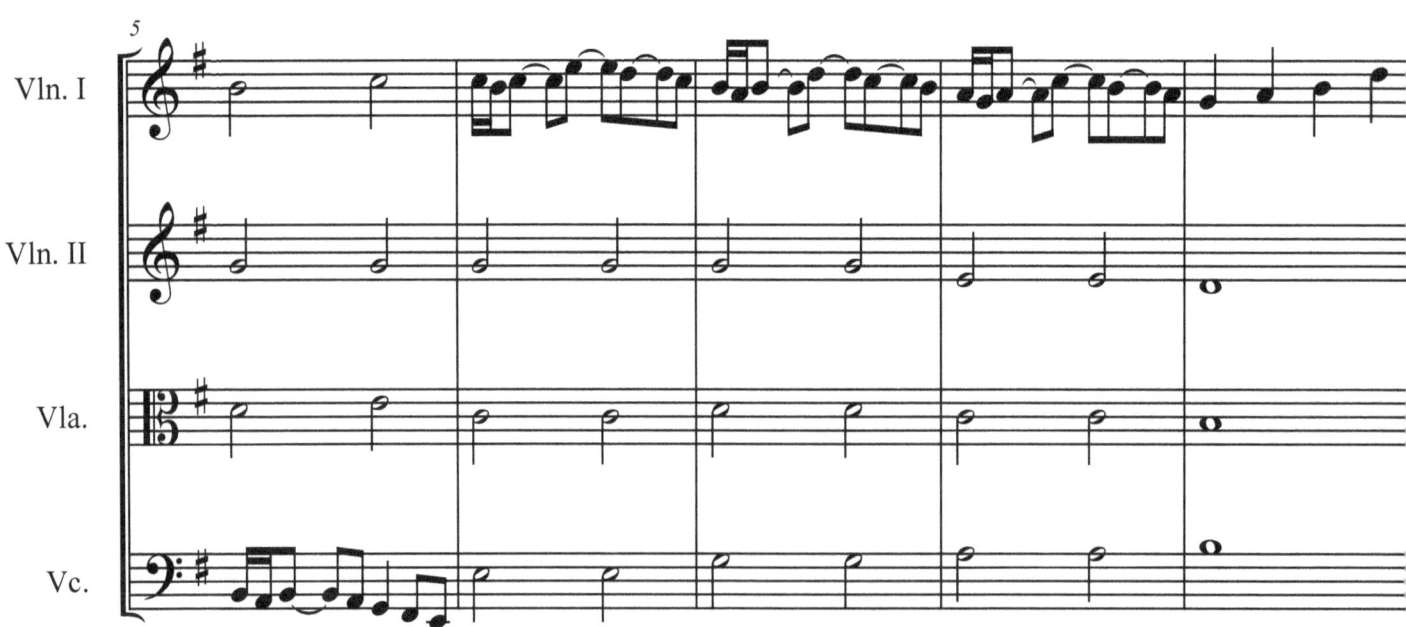

© 2008

XI

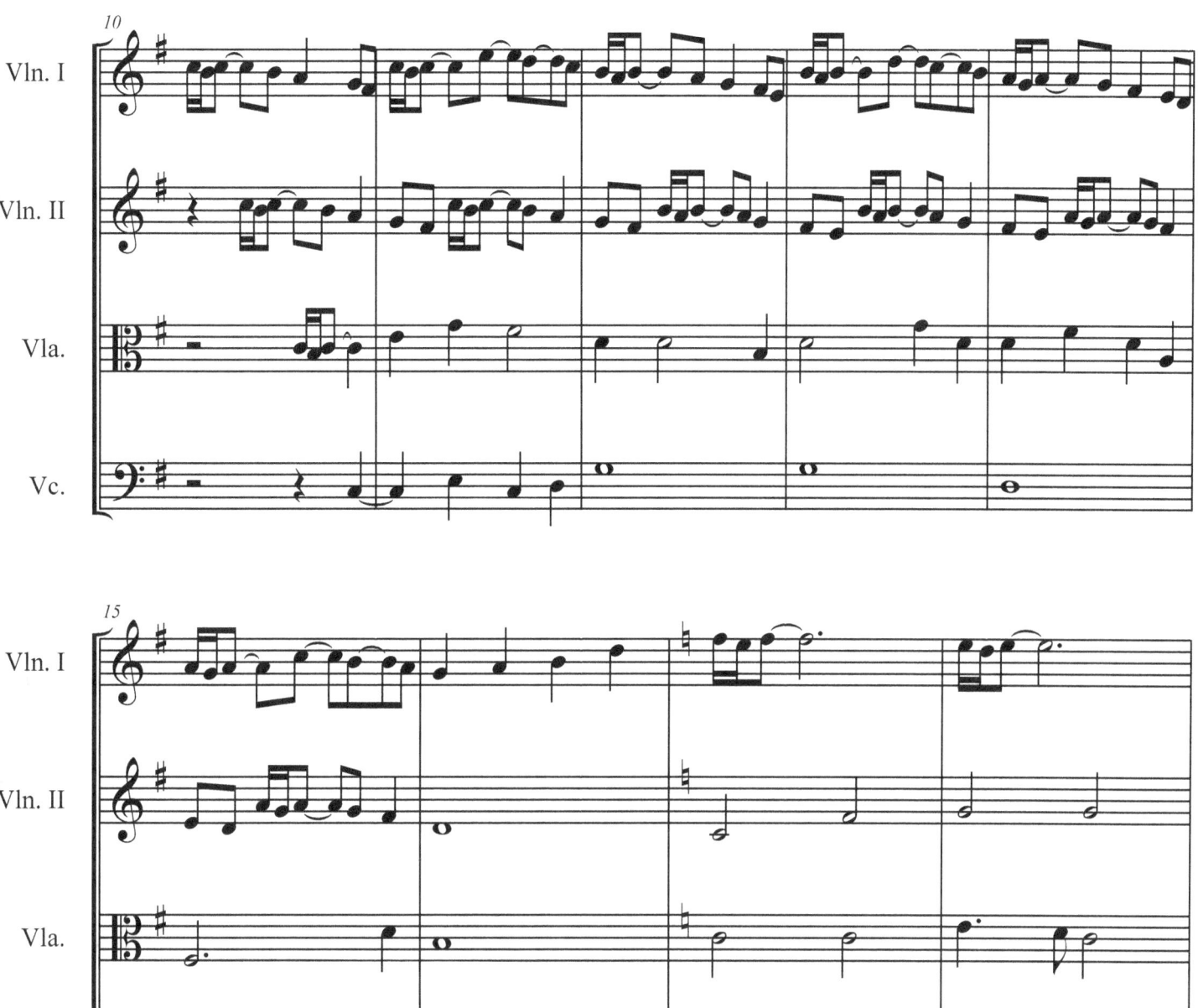

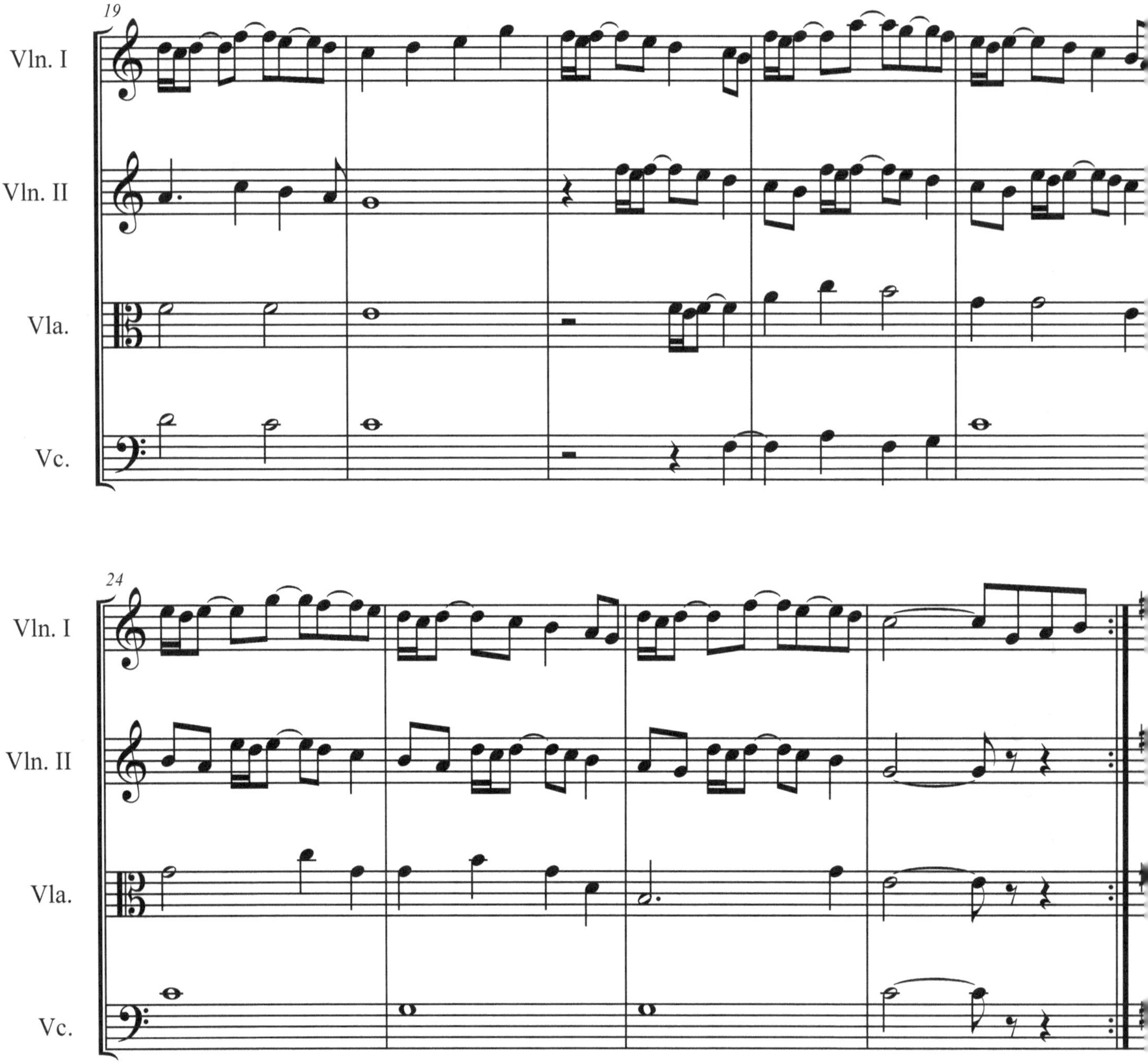

XI

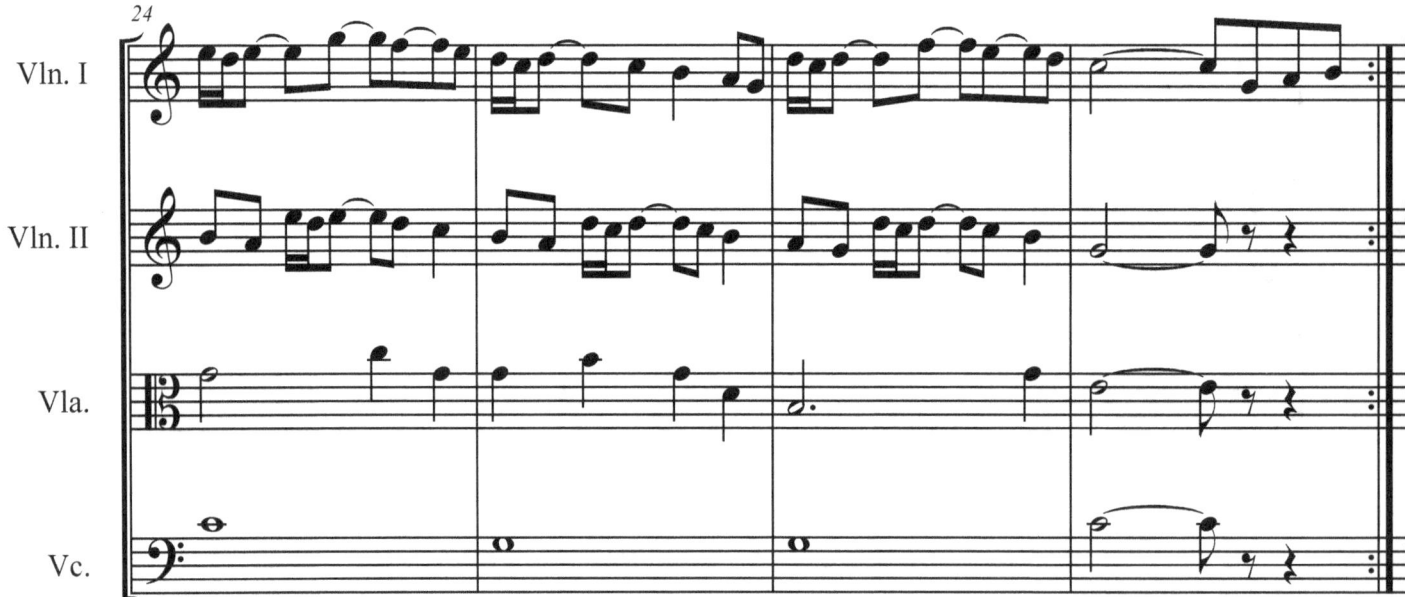

XI

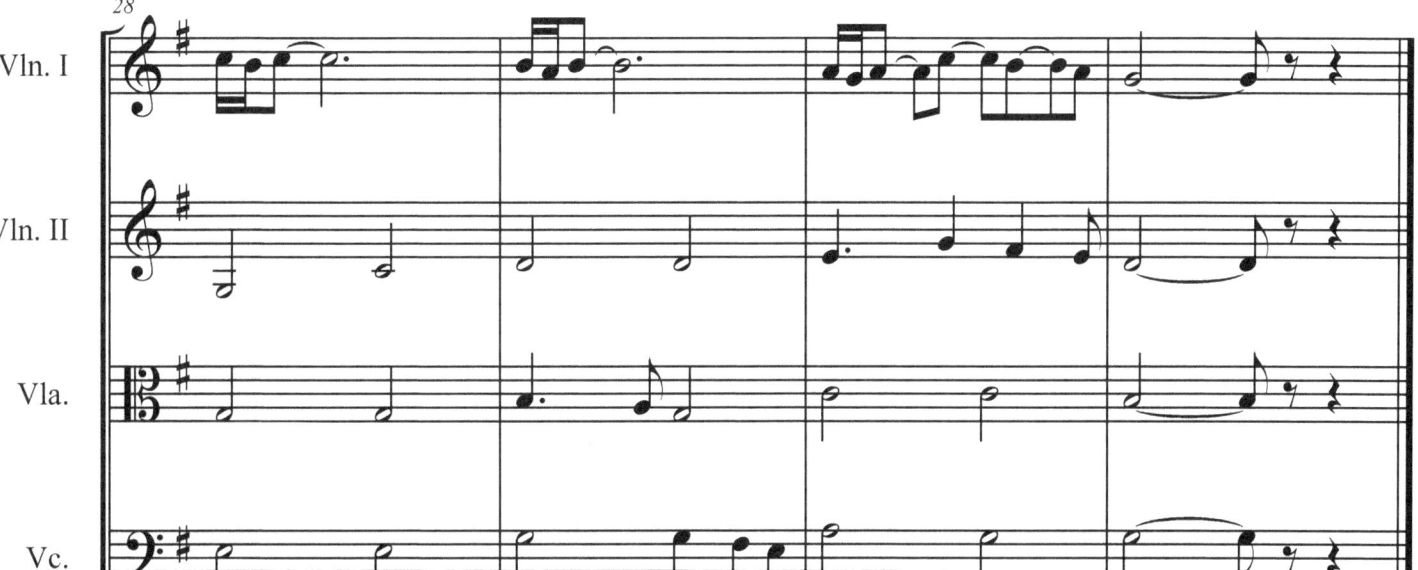

XII

Joost de Gro[...]

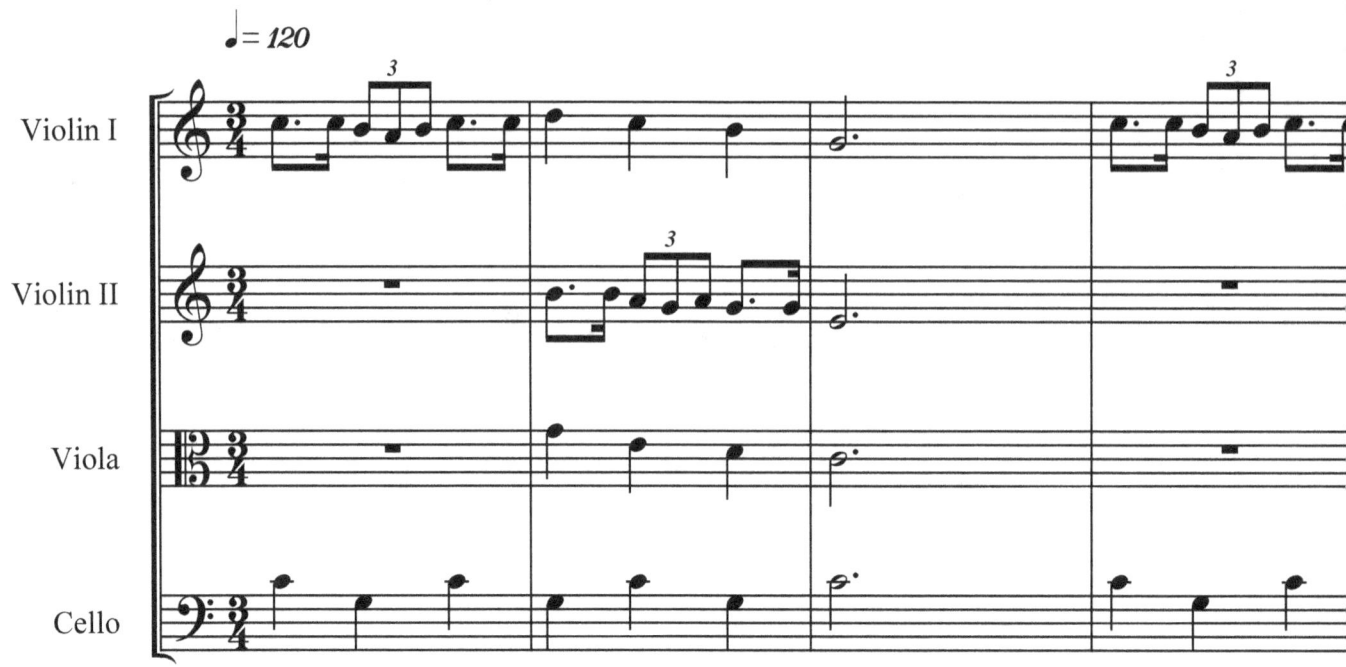
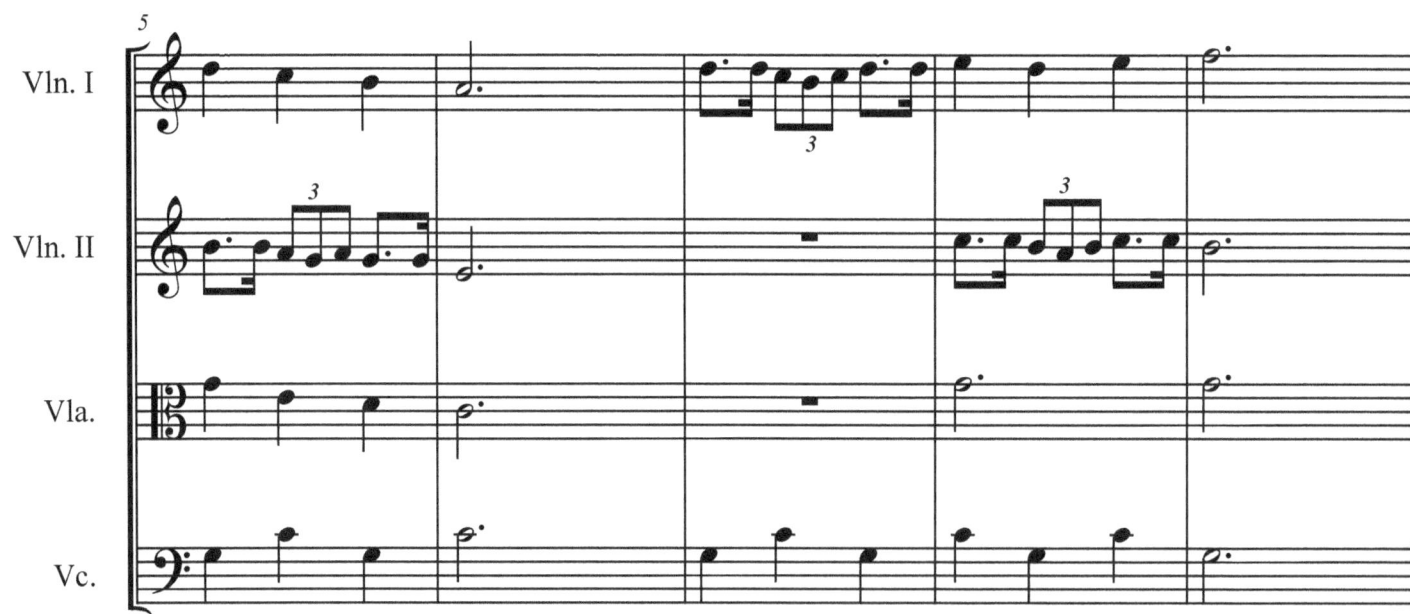

XII

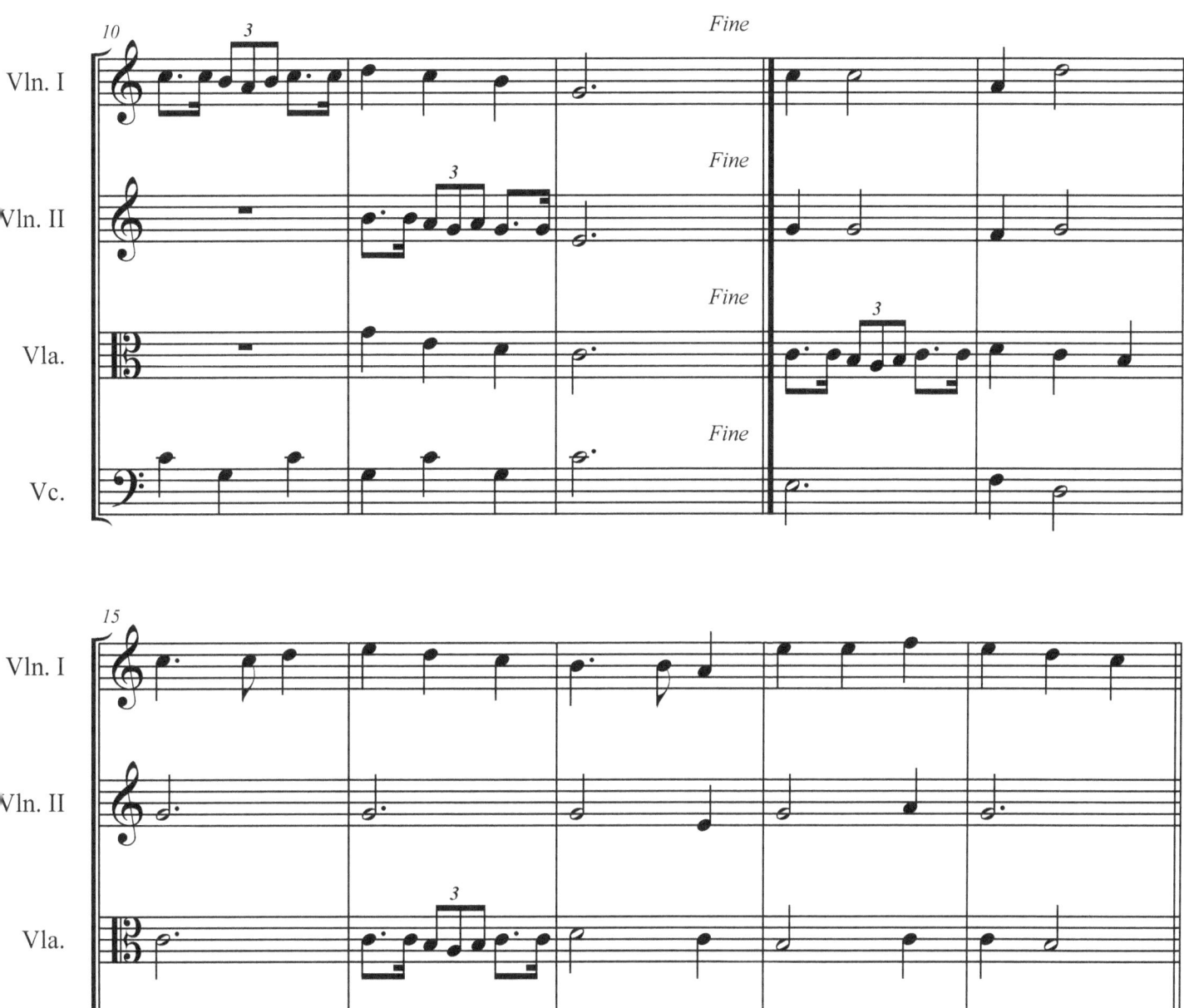

XII

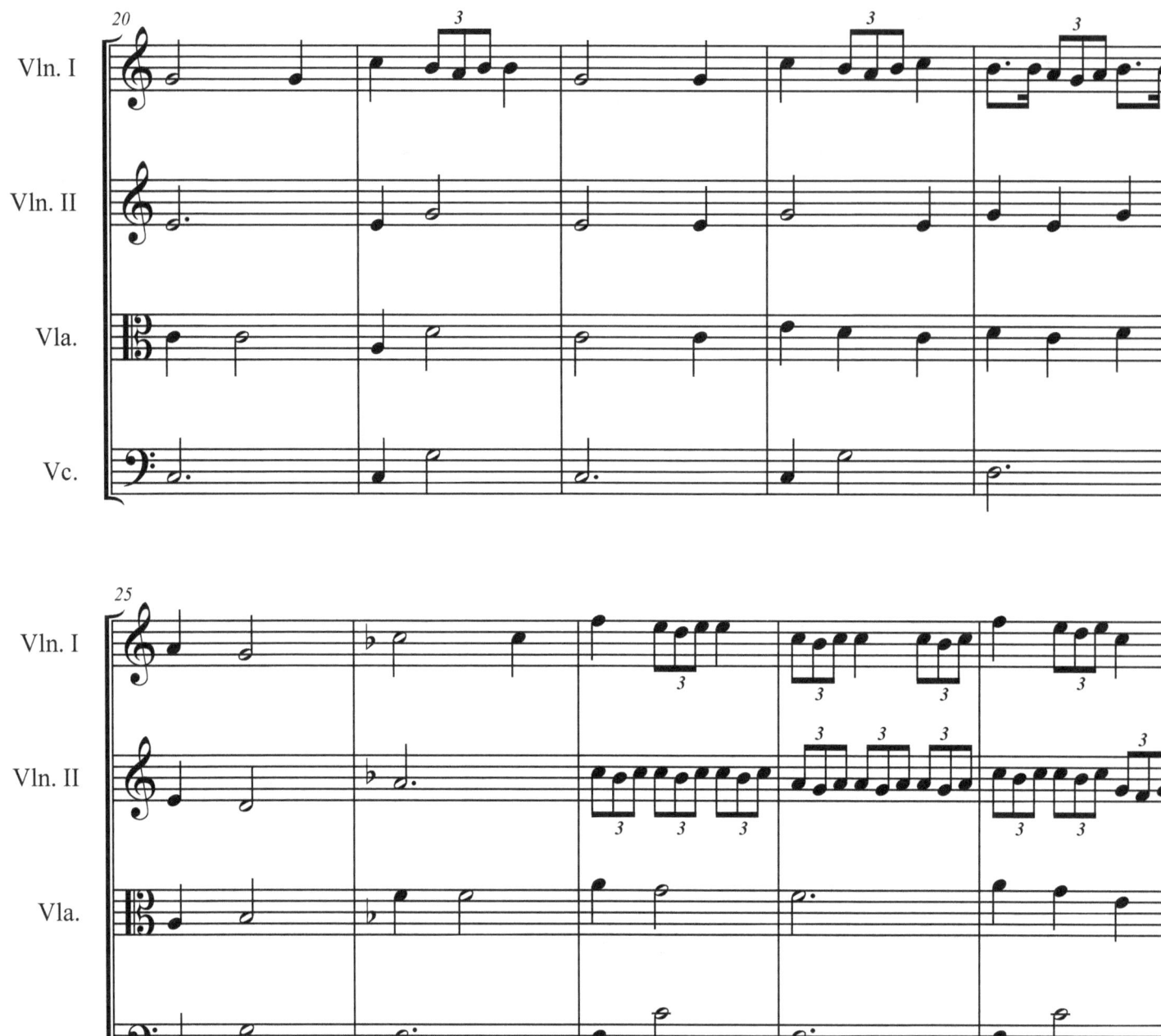

XII

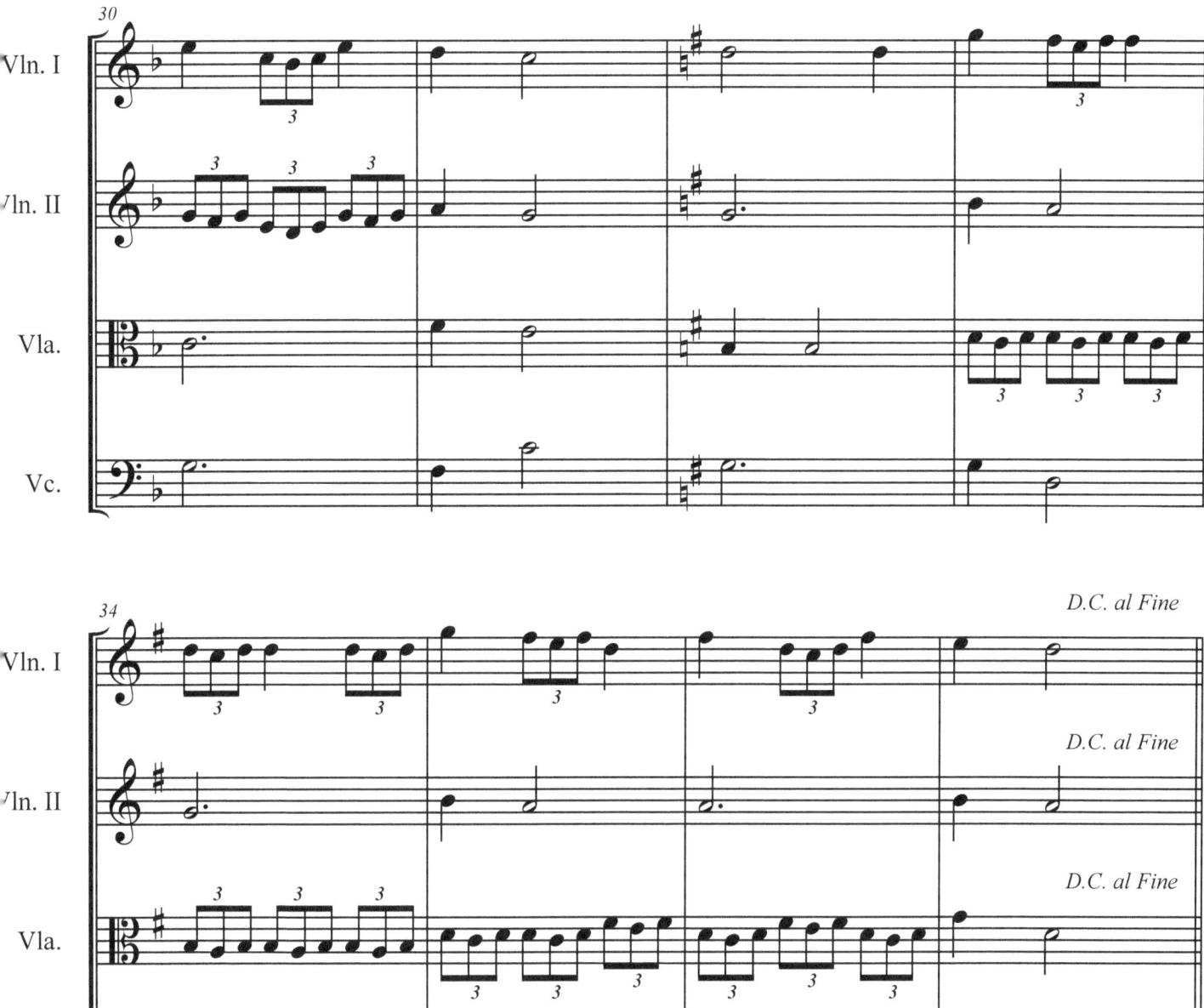

XIII

Joost de Gro

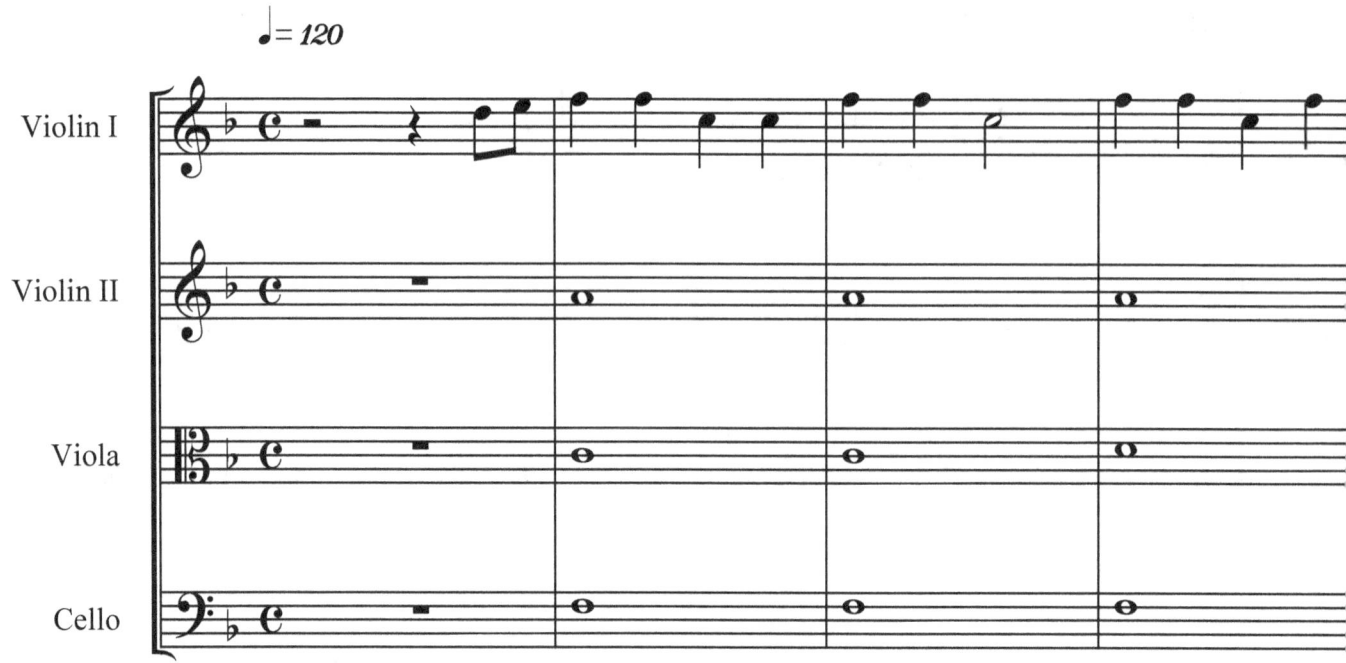
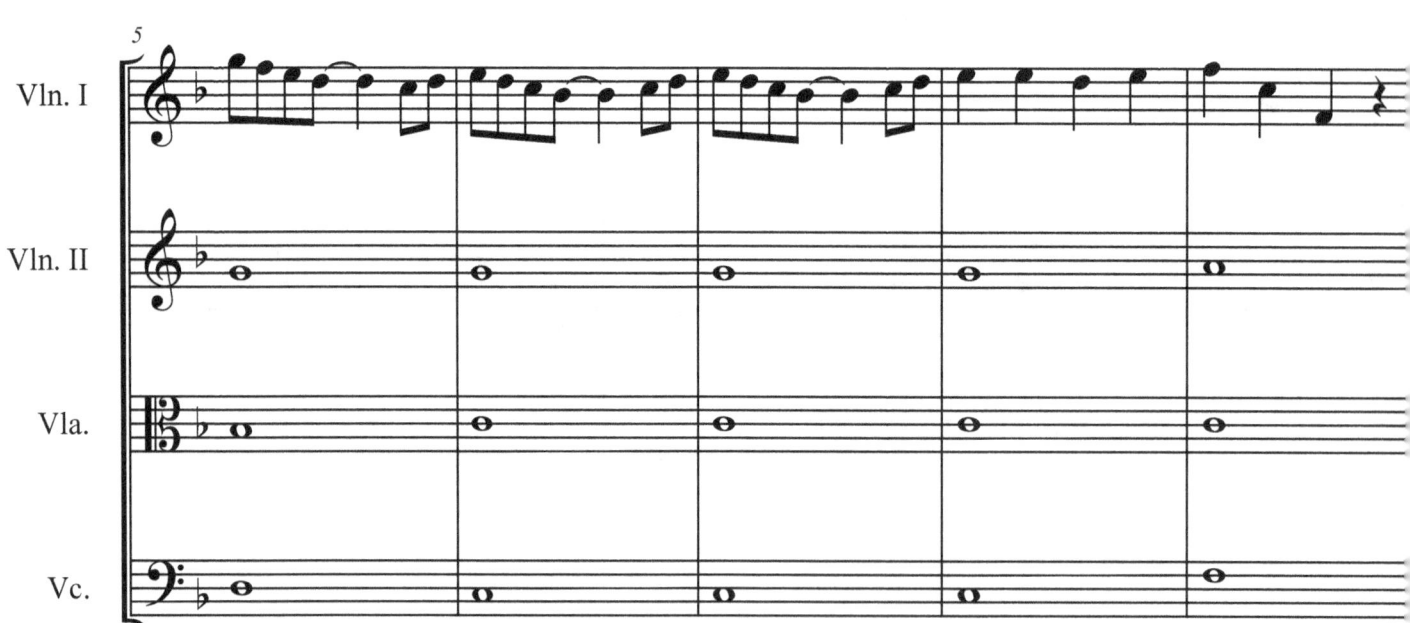

© 2008

XIII

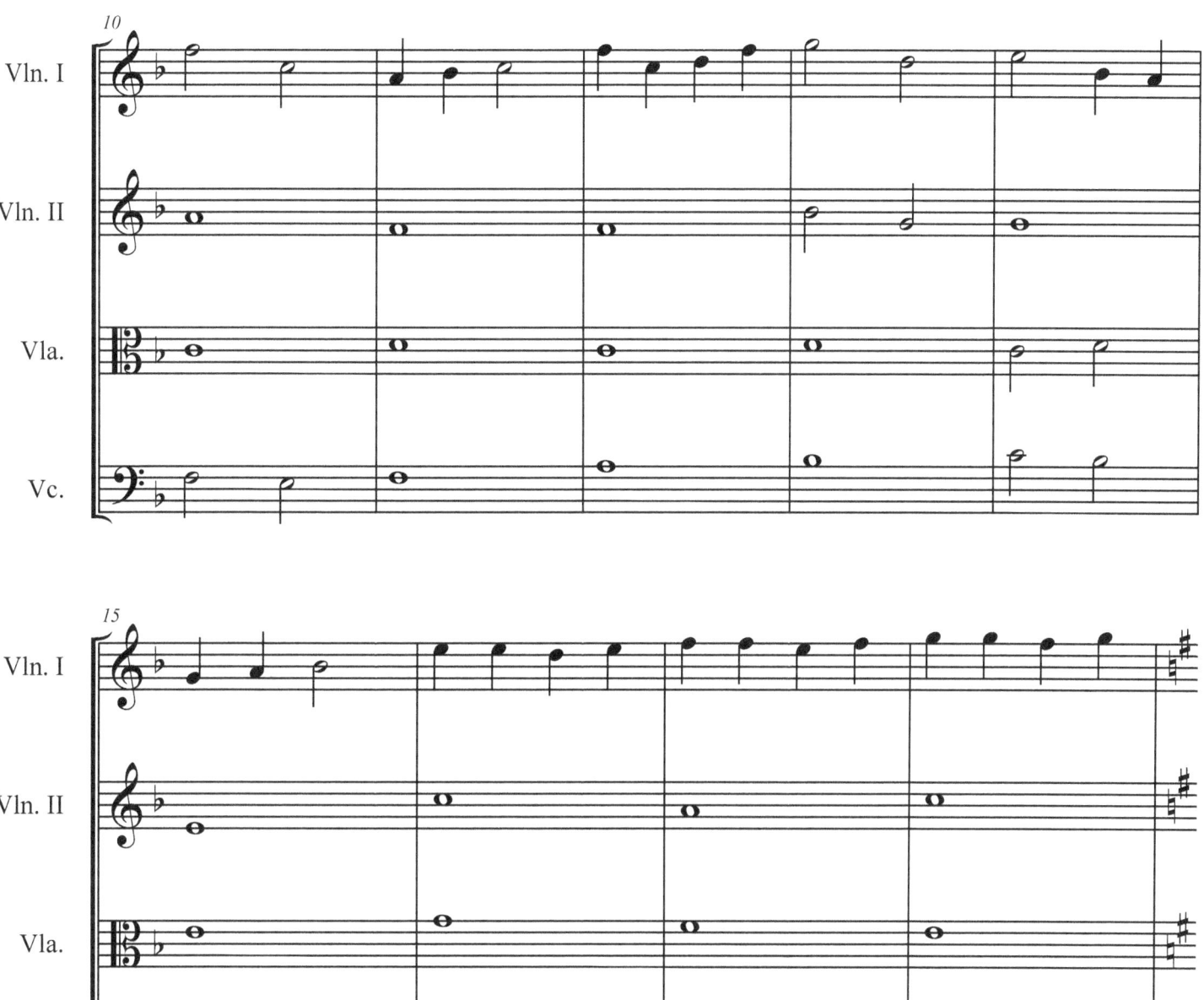

XIII

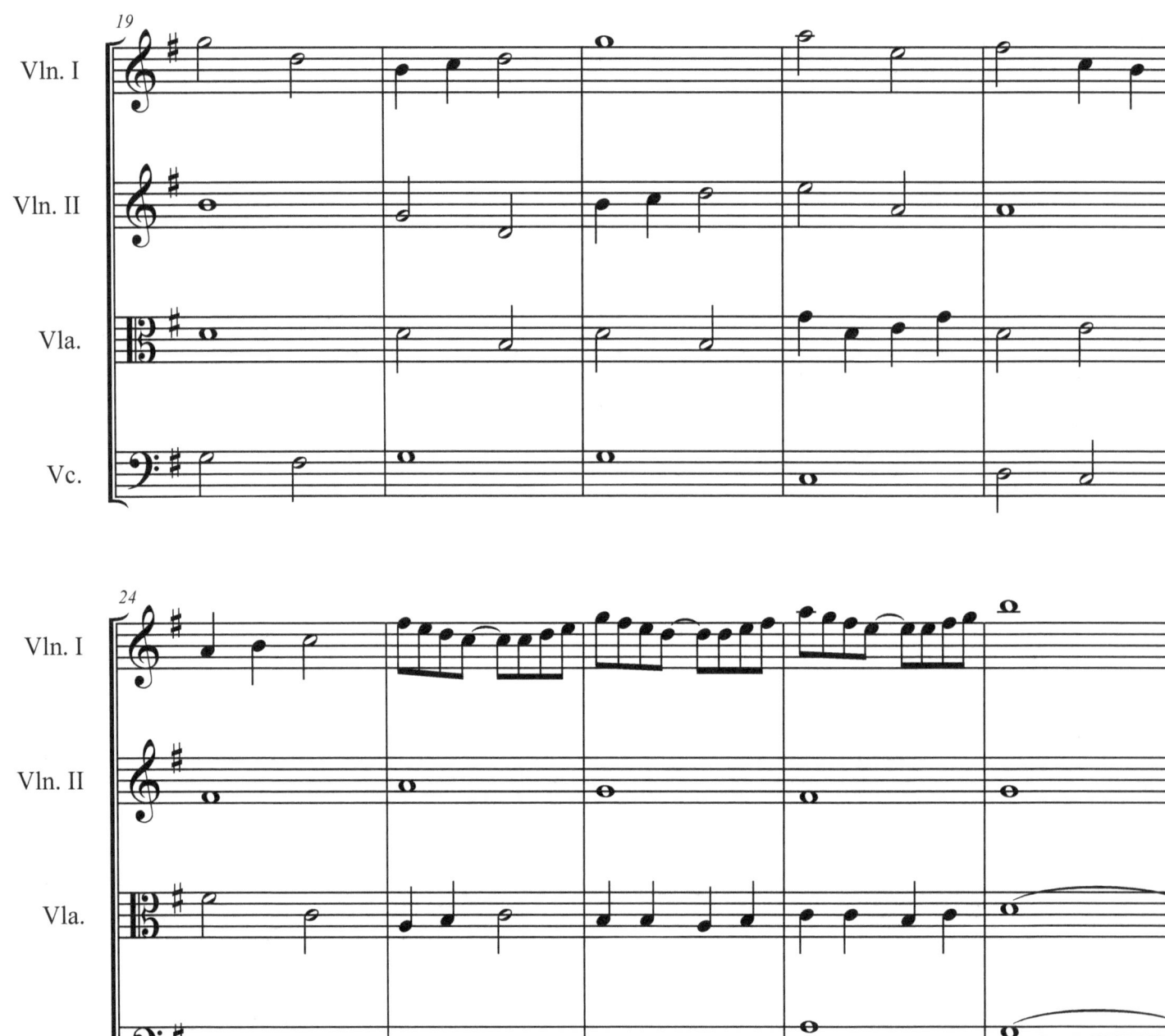

XIII

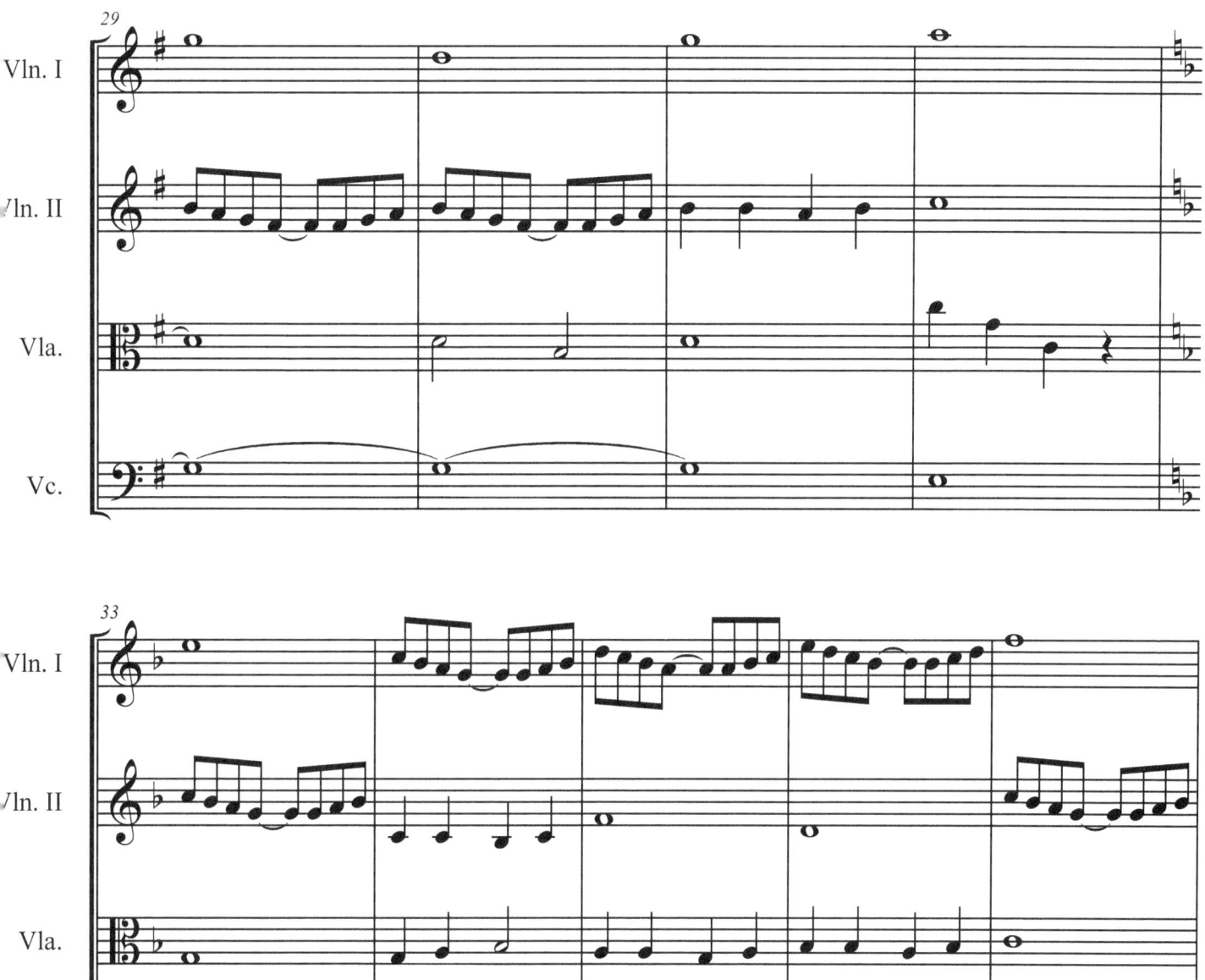

XIII

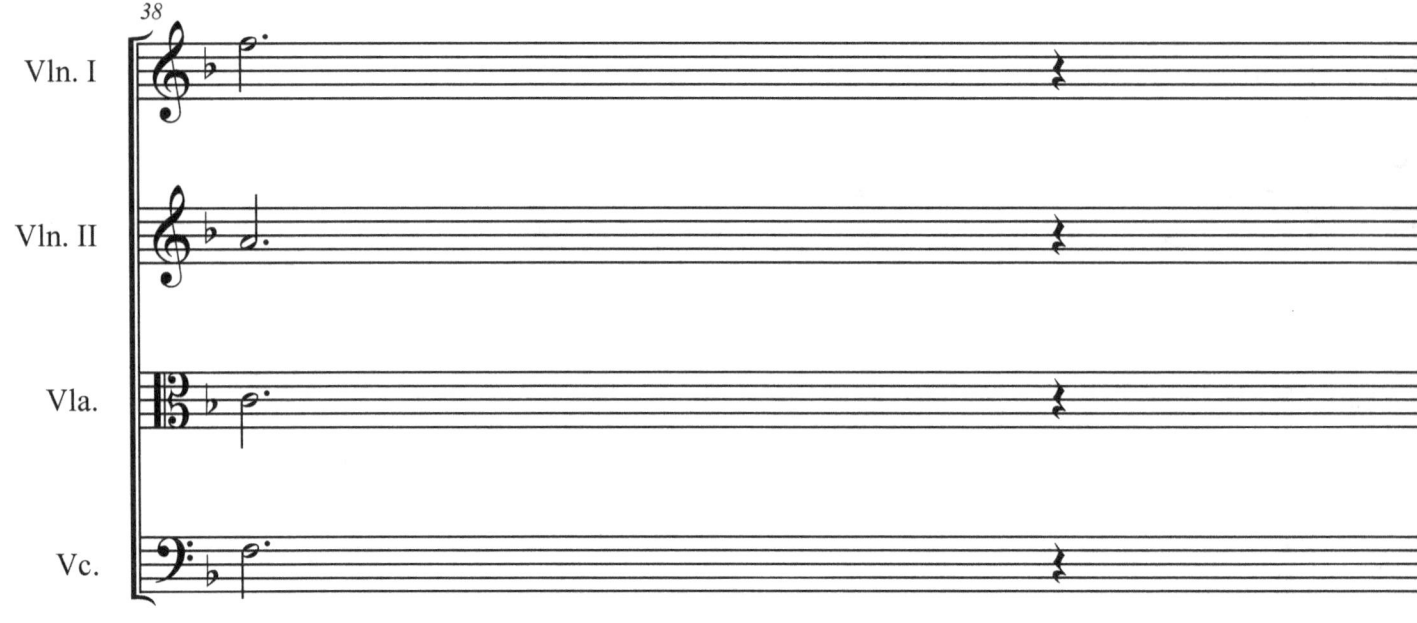

XIV

Joost de Groot

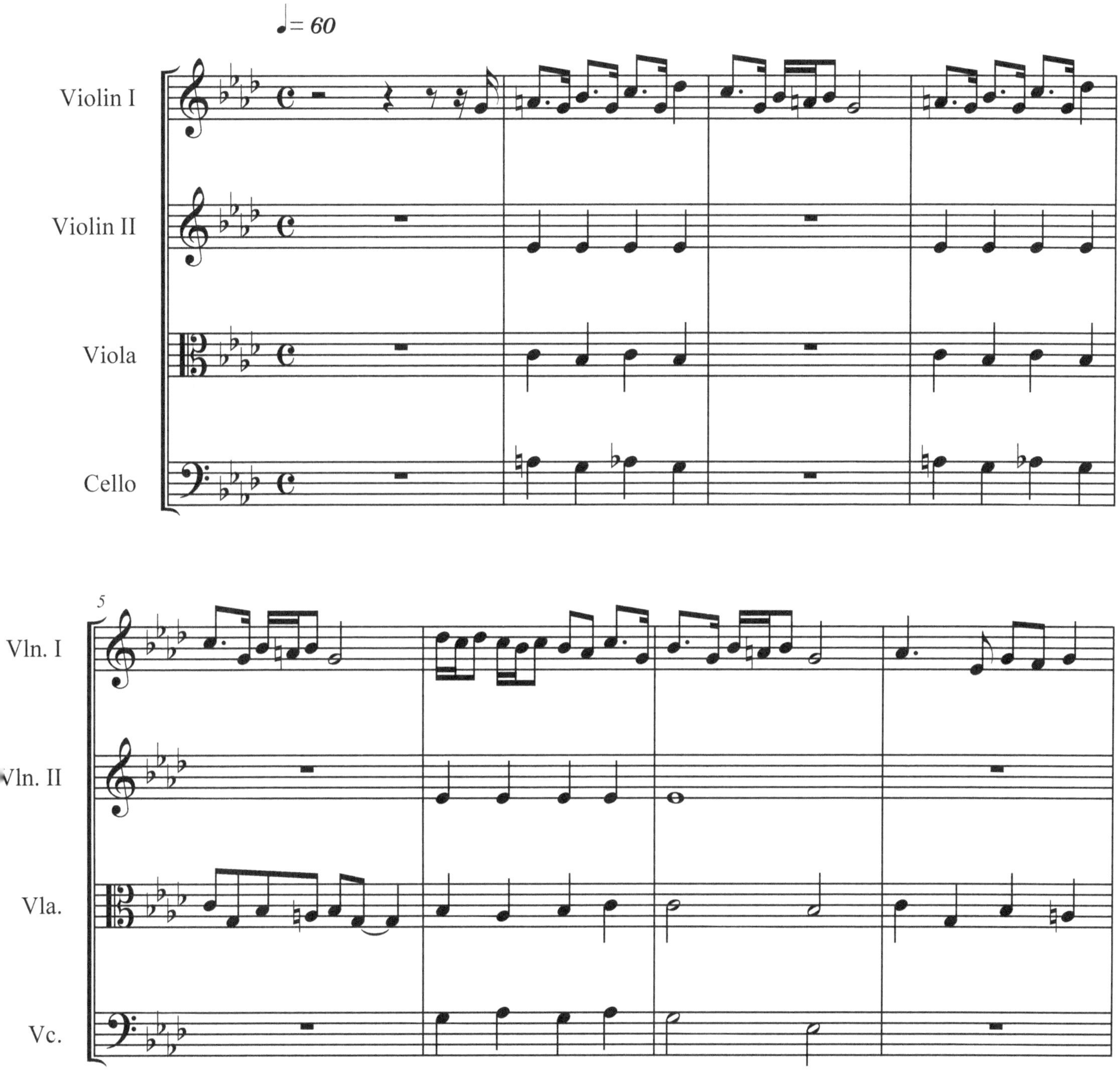

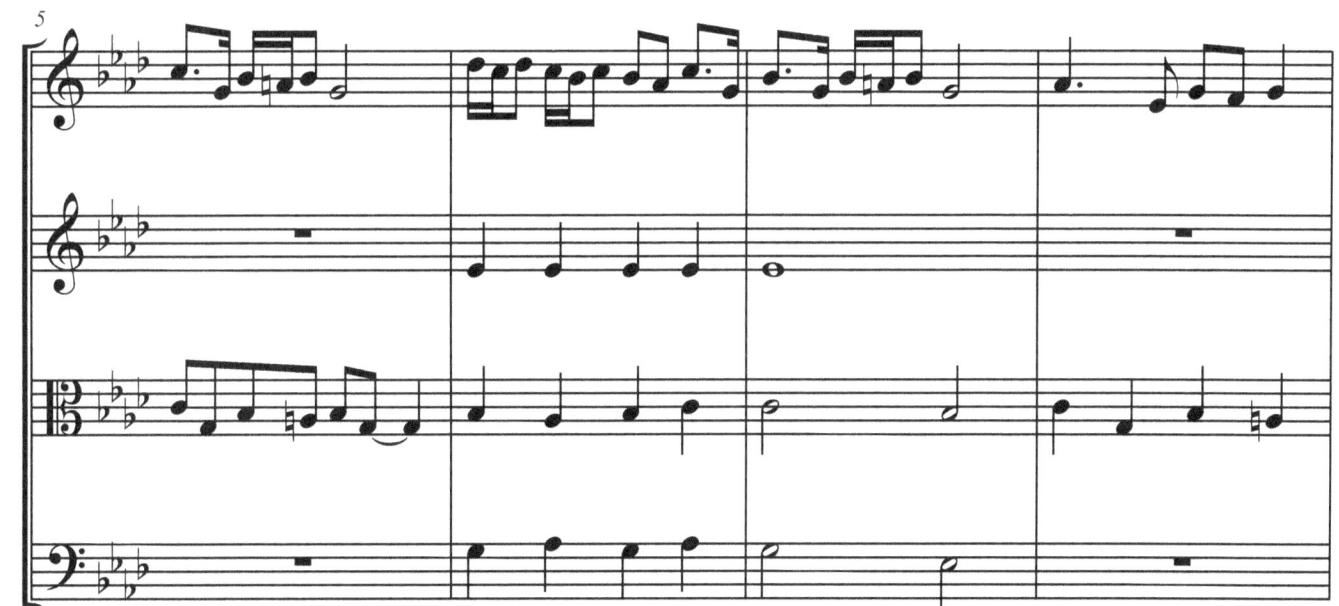

XIV

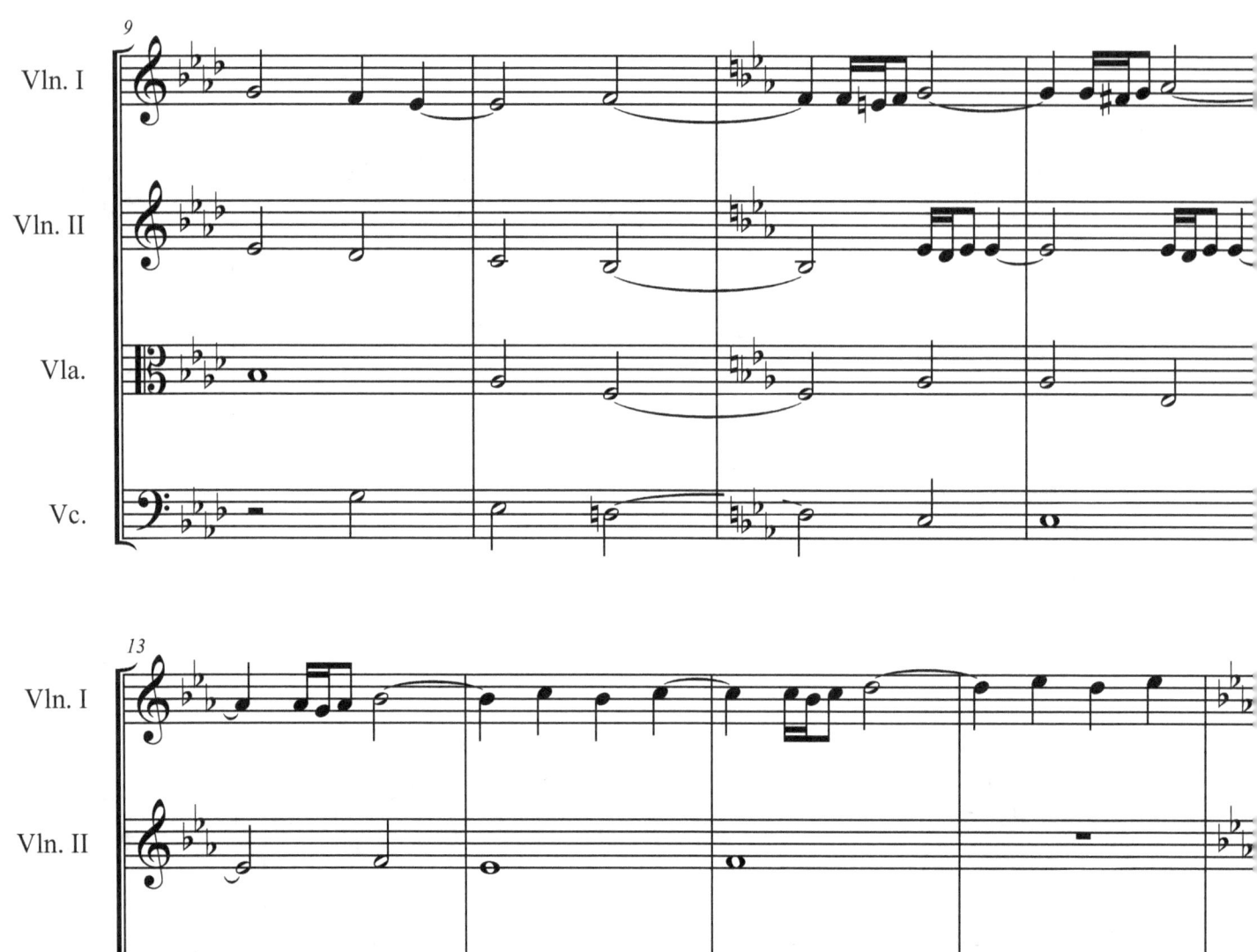

XIV

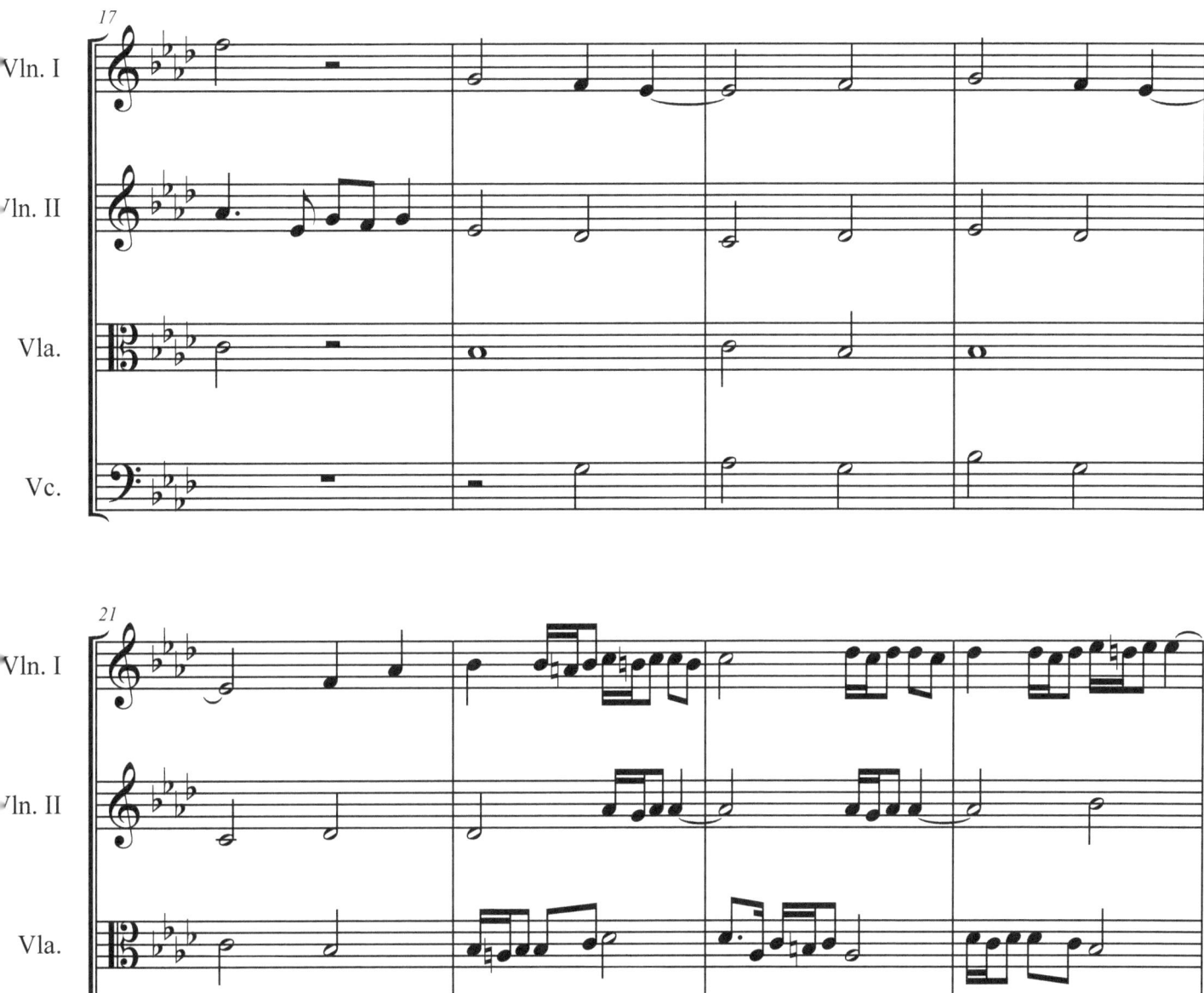

XIV

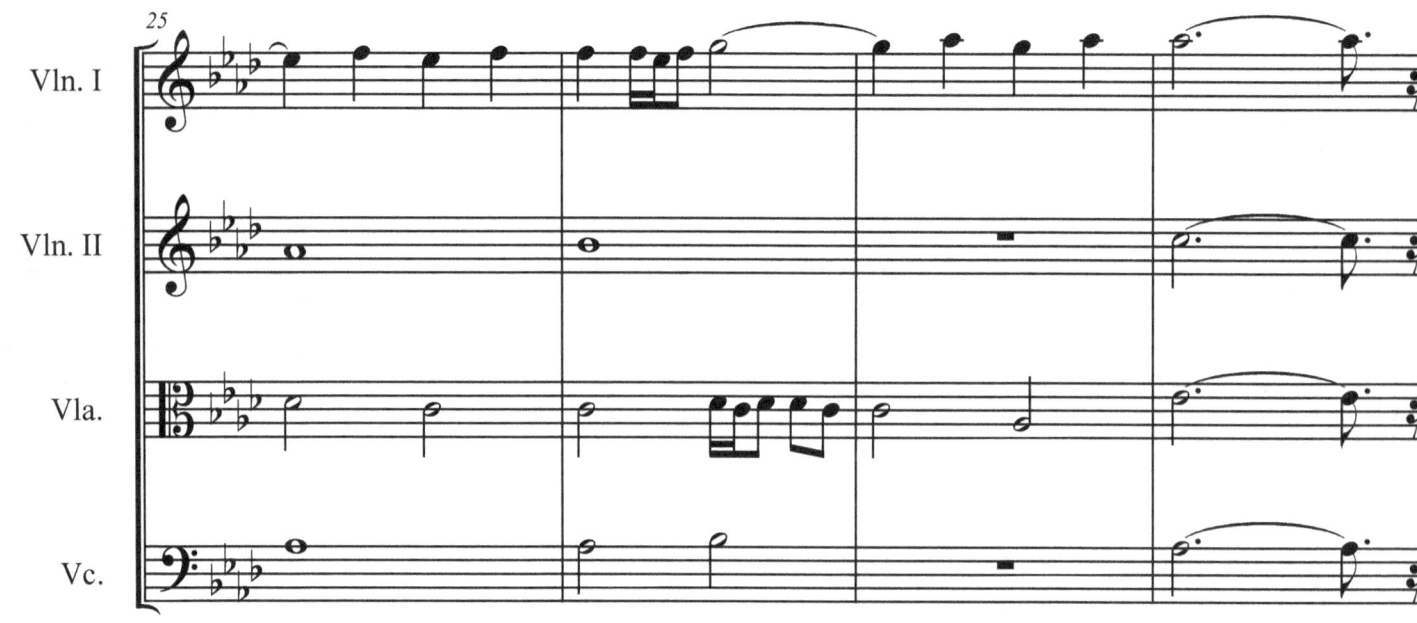

XV

Joost de Groot

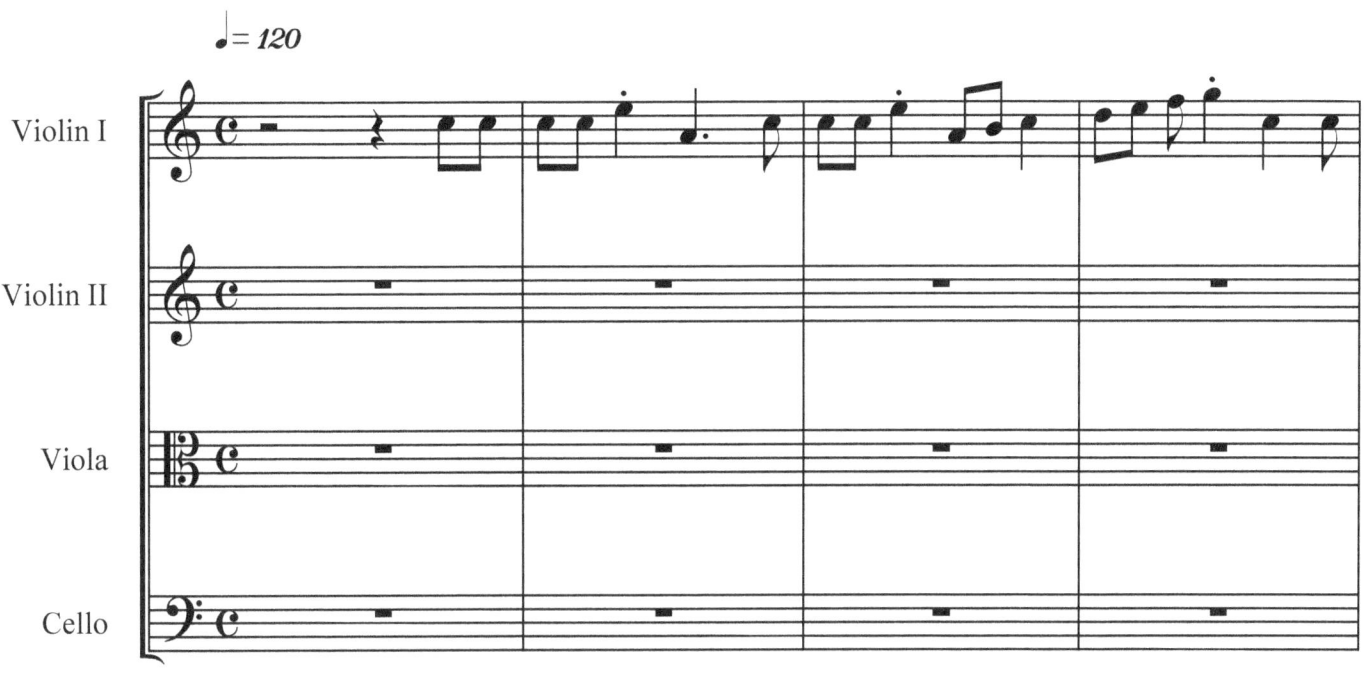
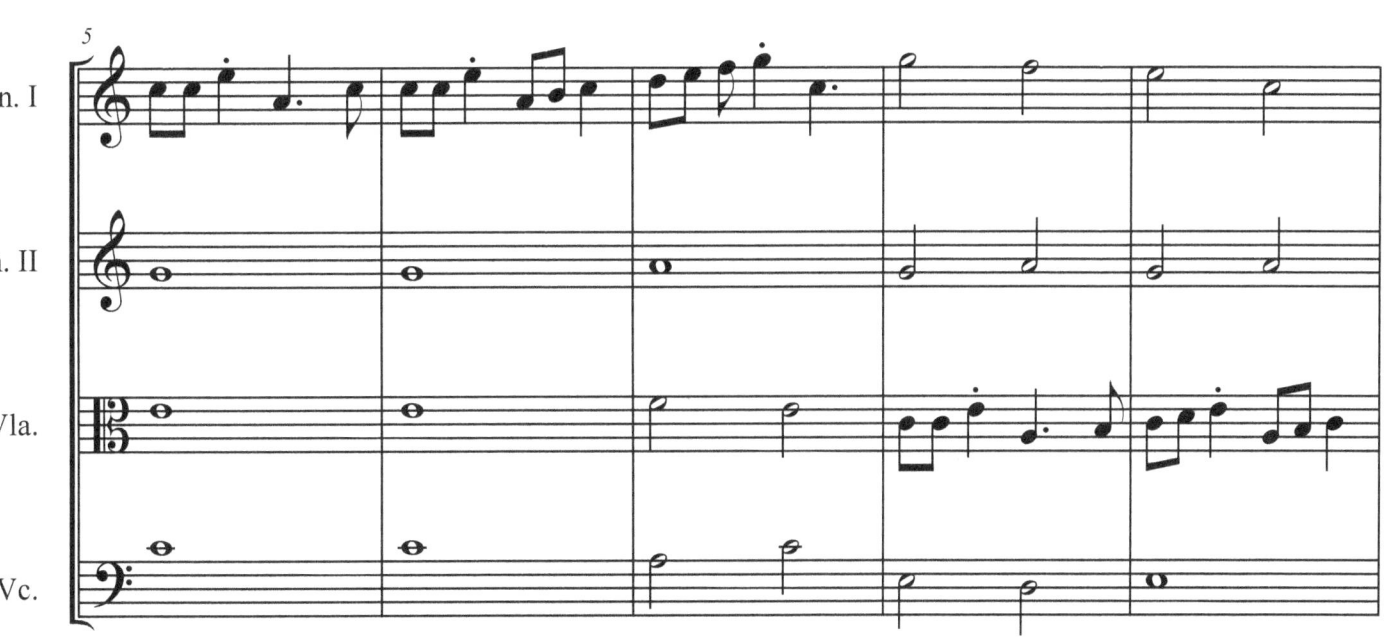

© 2008

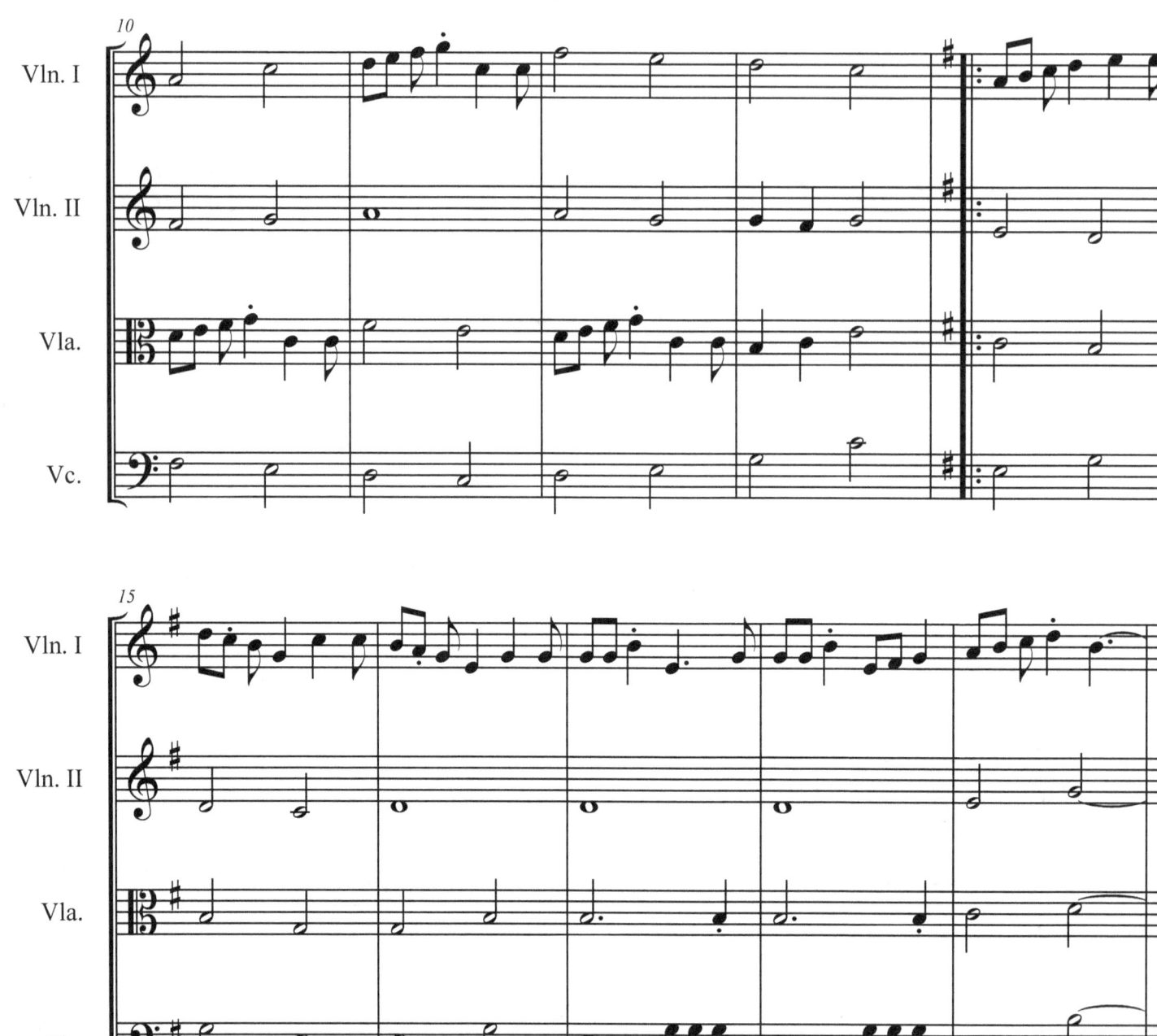

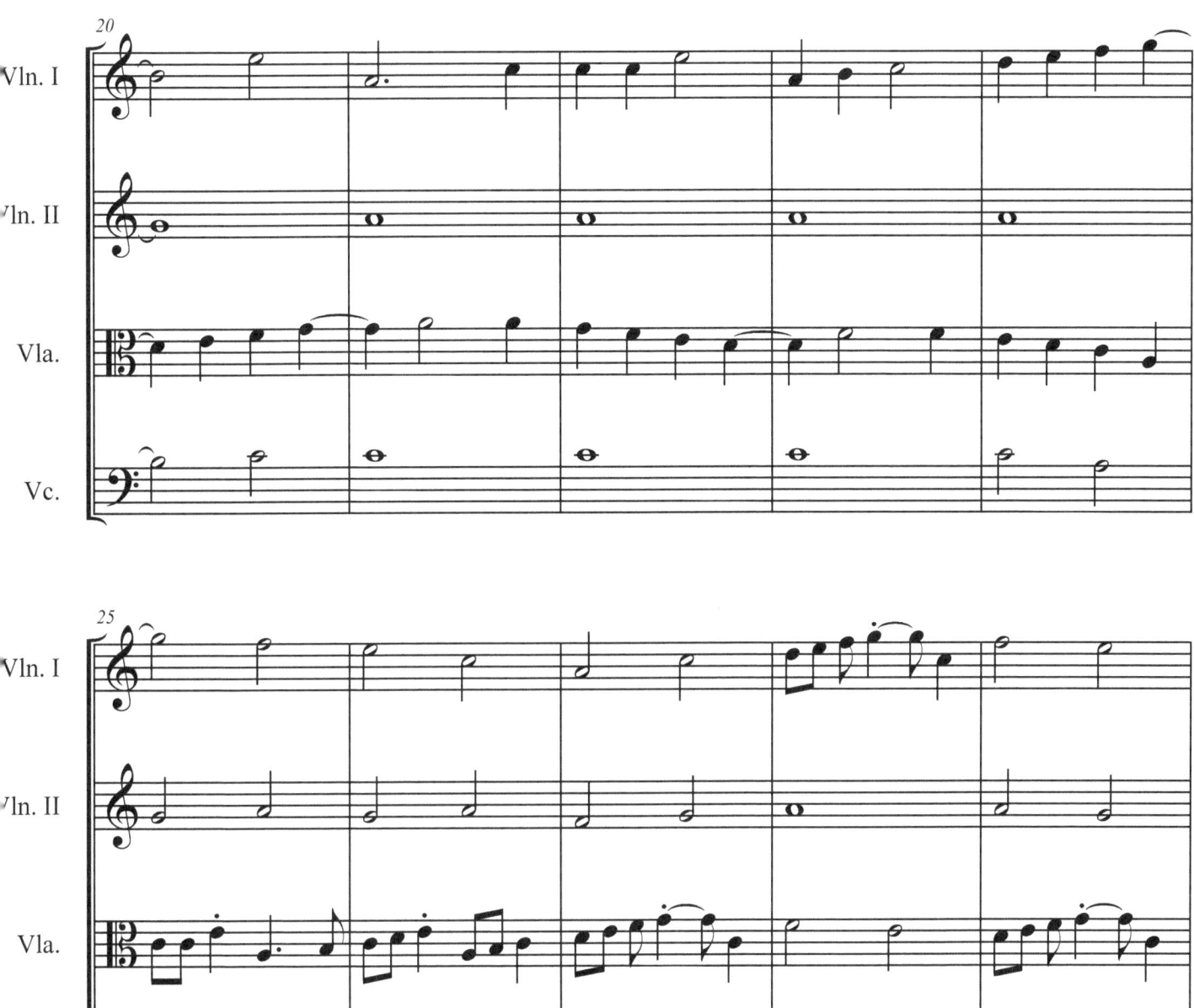

XV

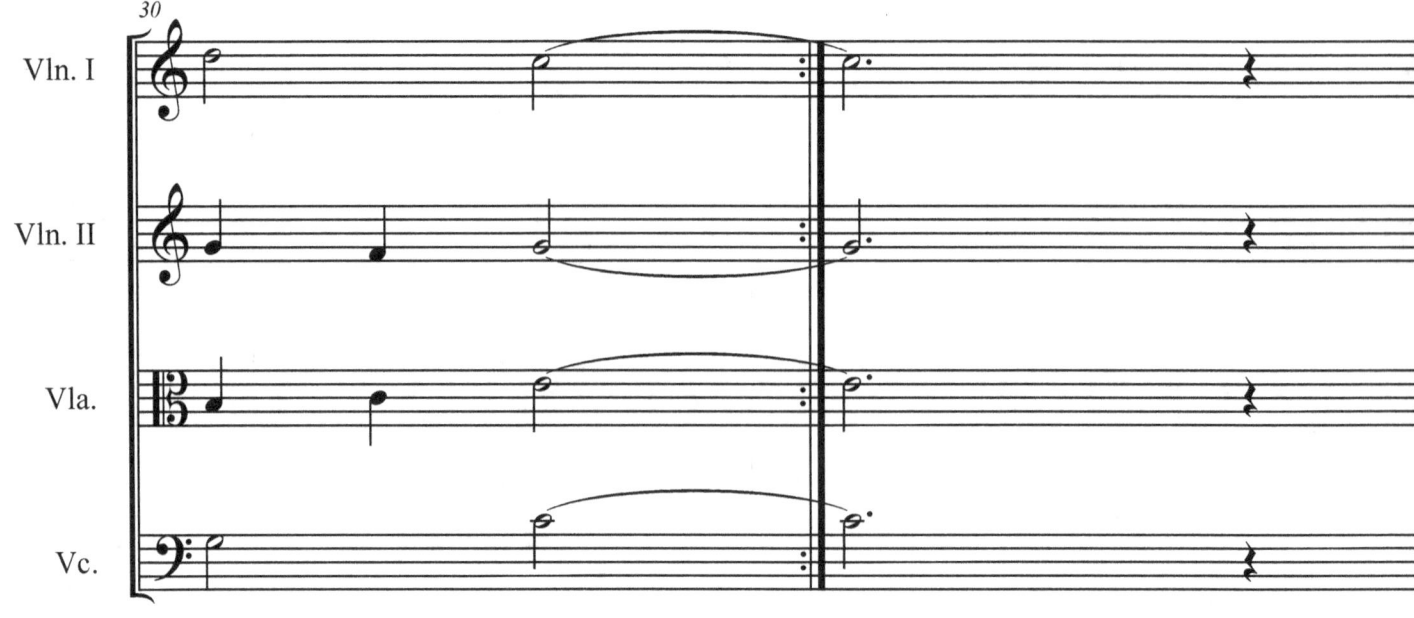

XI

Violin I

Joost de Groot

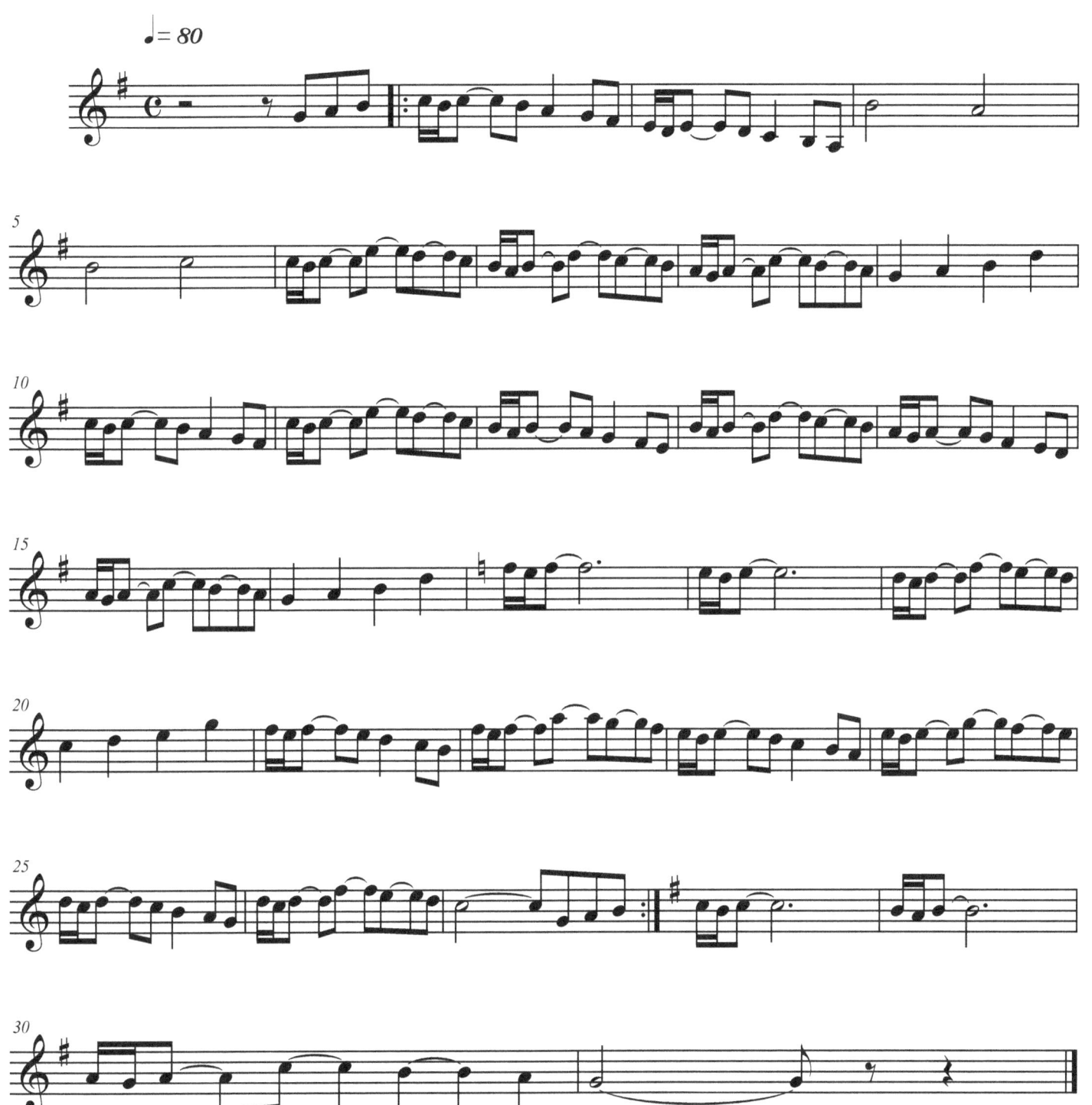

Violin II

XI

Joost de Groot

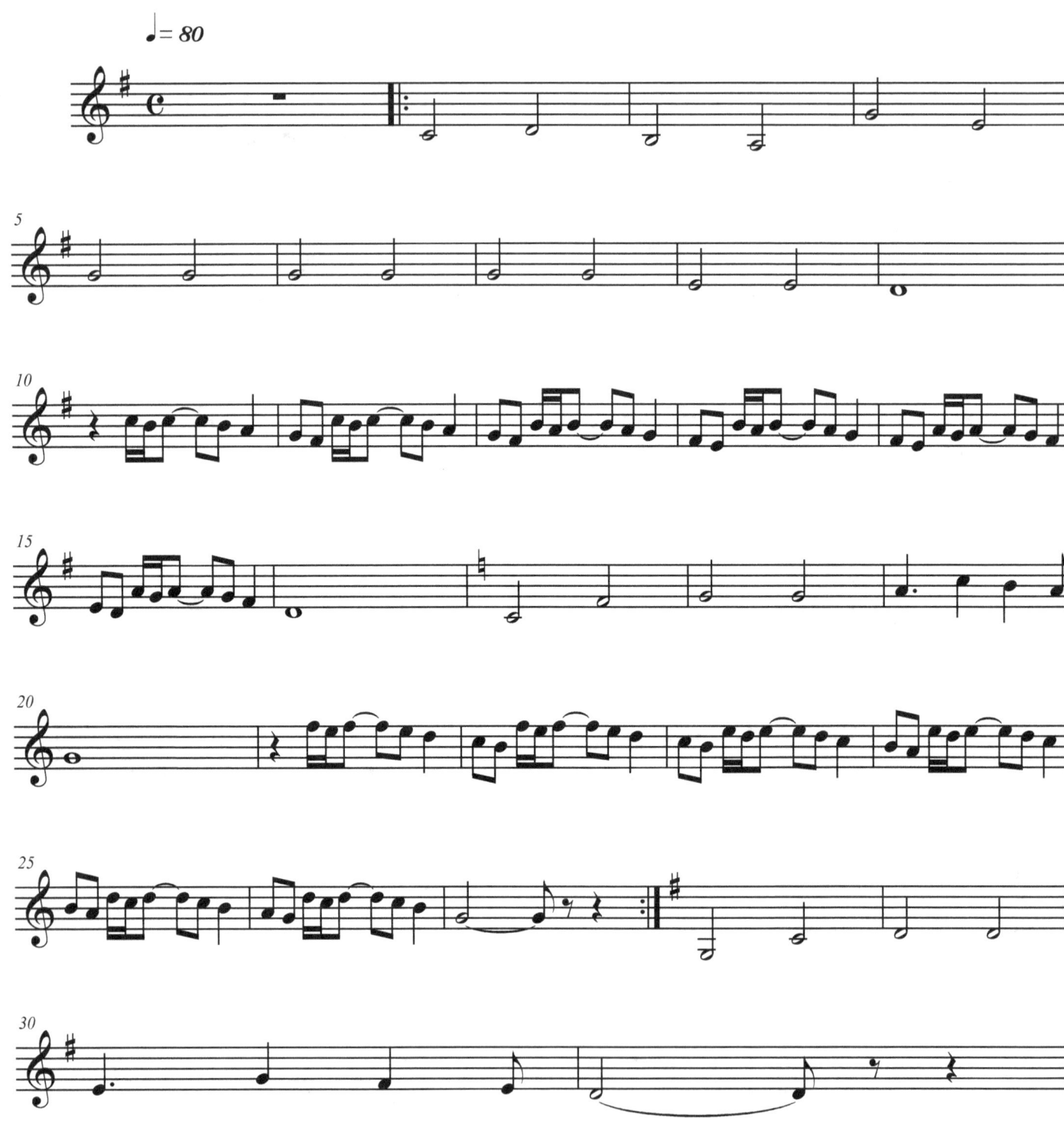

XI

Viola

Joost de Groot

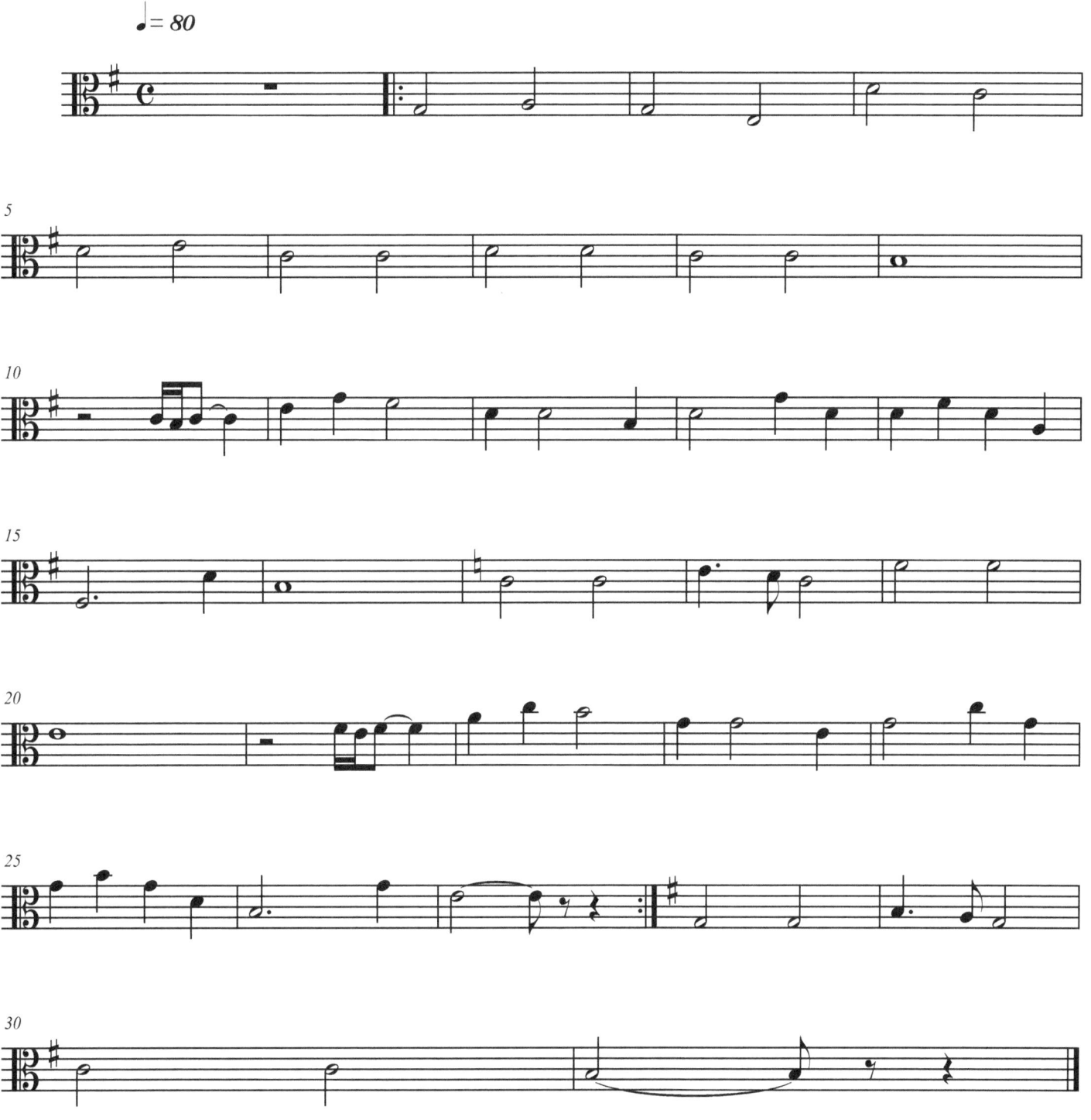

Cello

XI

Joost de Groot

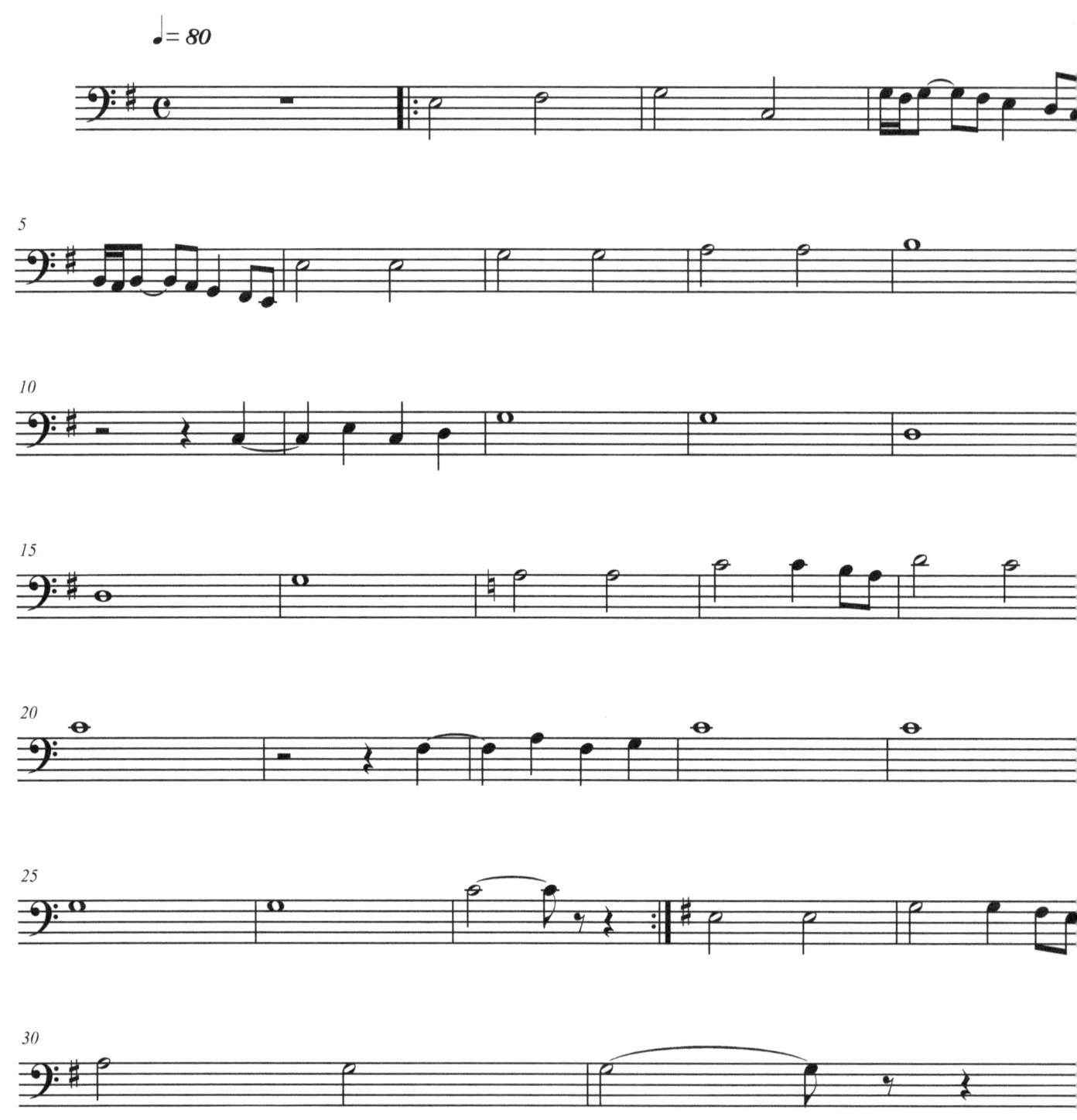

© 2008

XII

Violin I

Joost de Groot

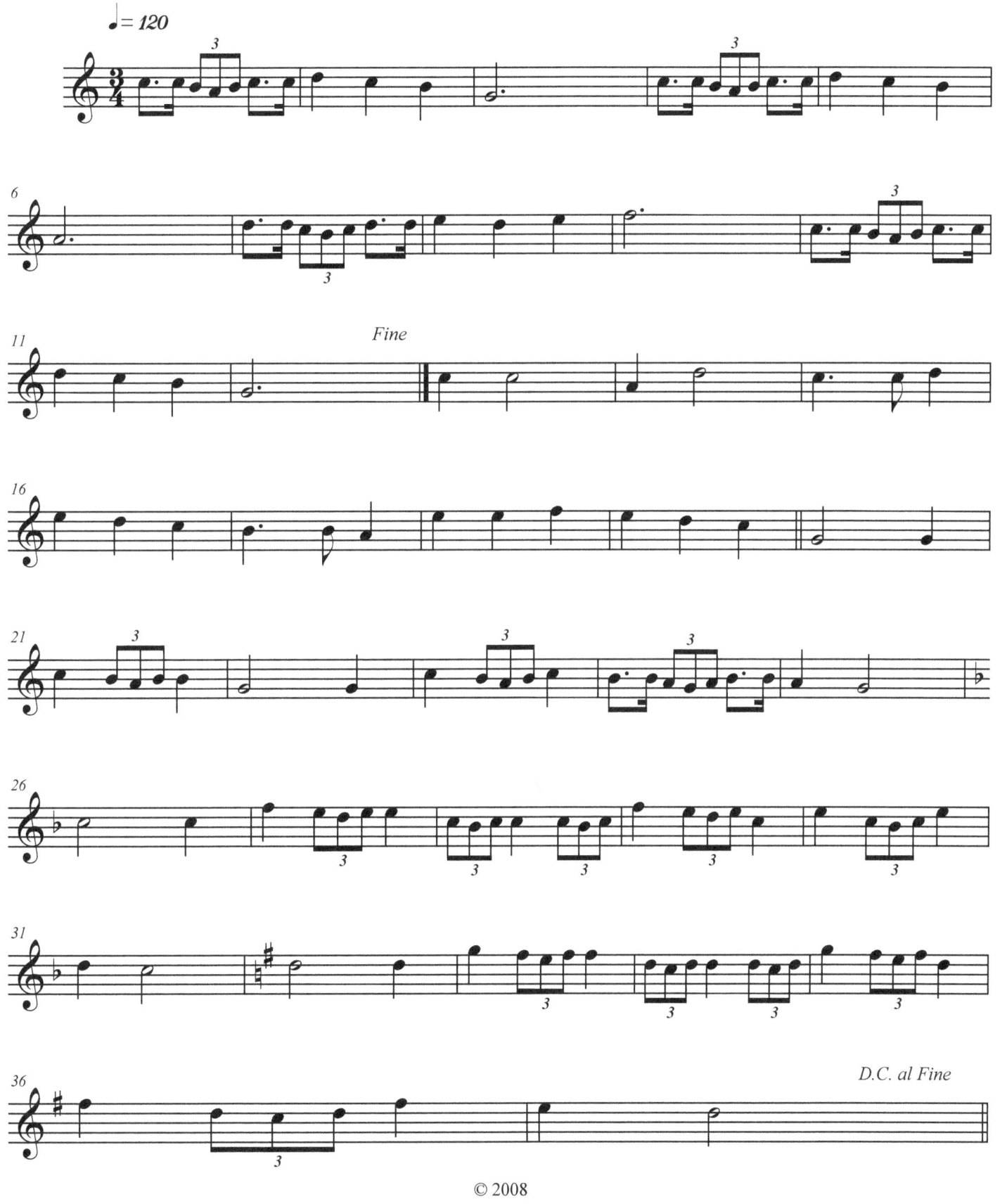

Violin II

XII

Joost de Groot

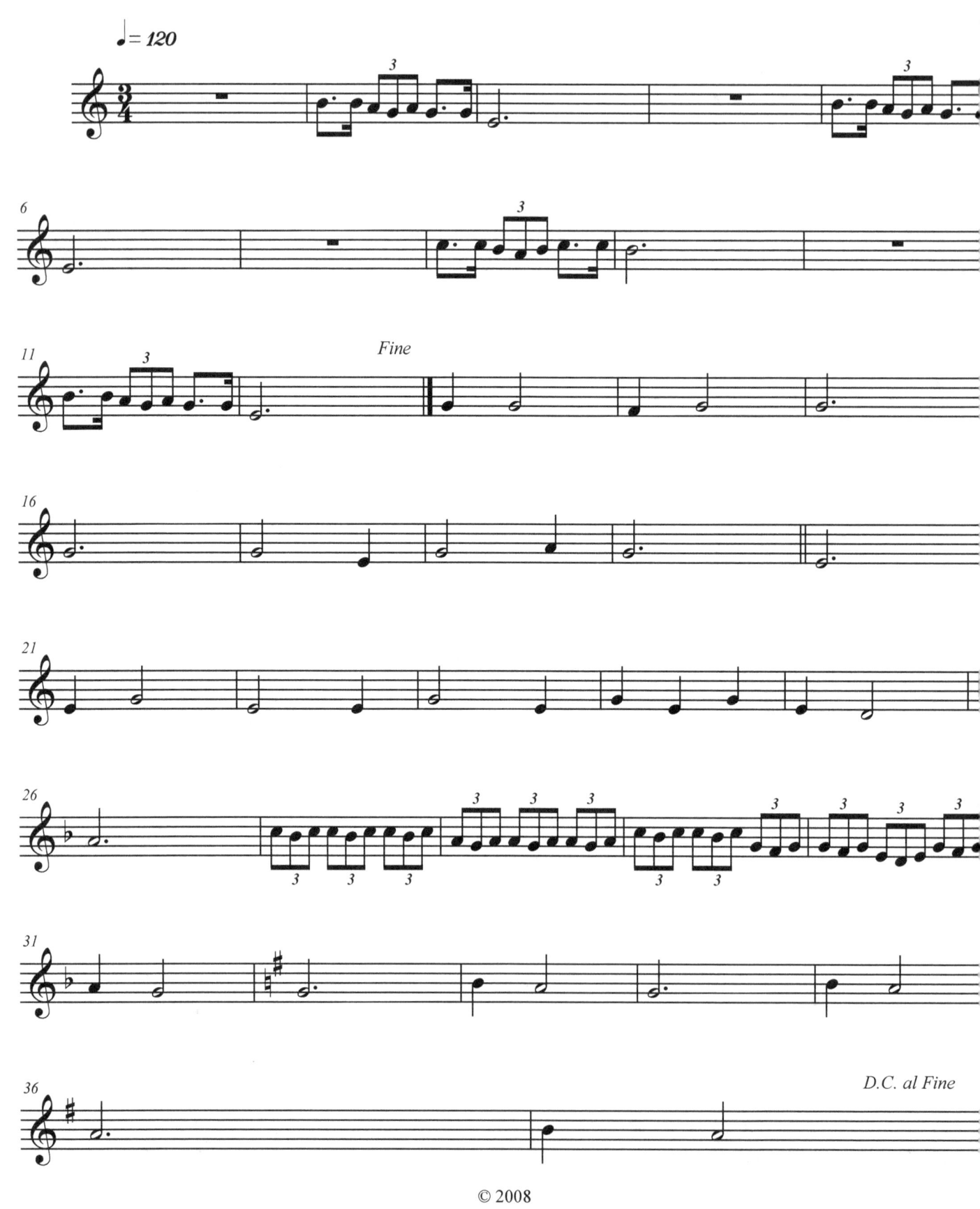

XII

Viola

Joost de Groot

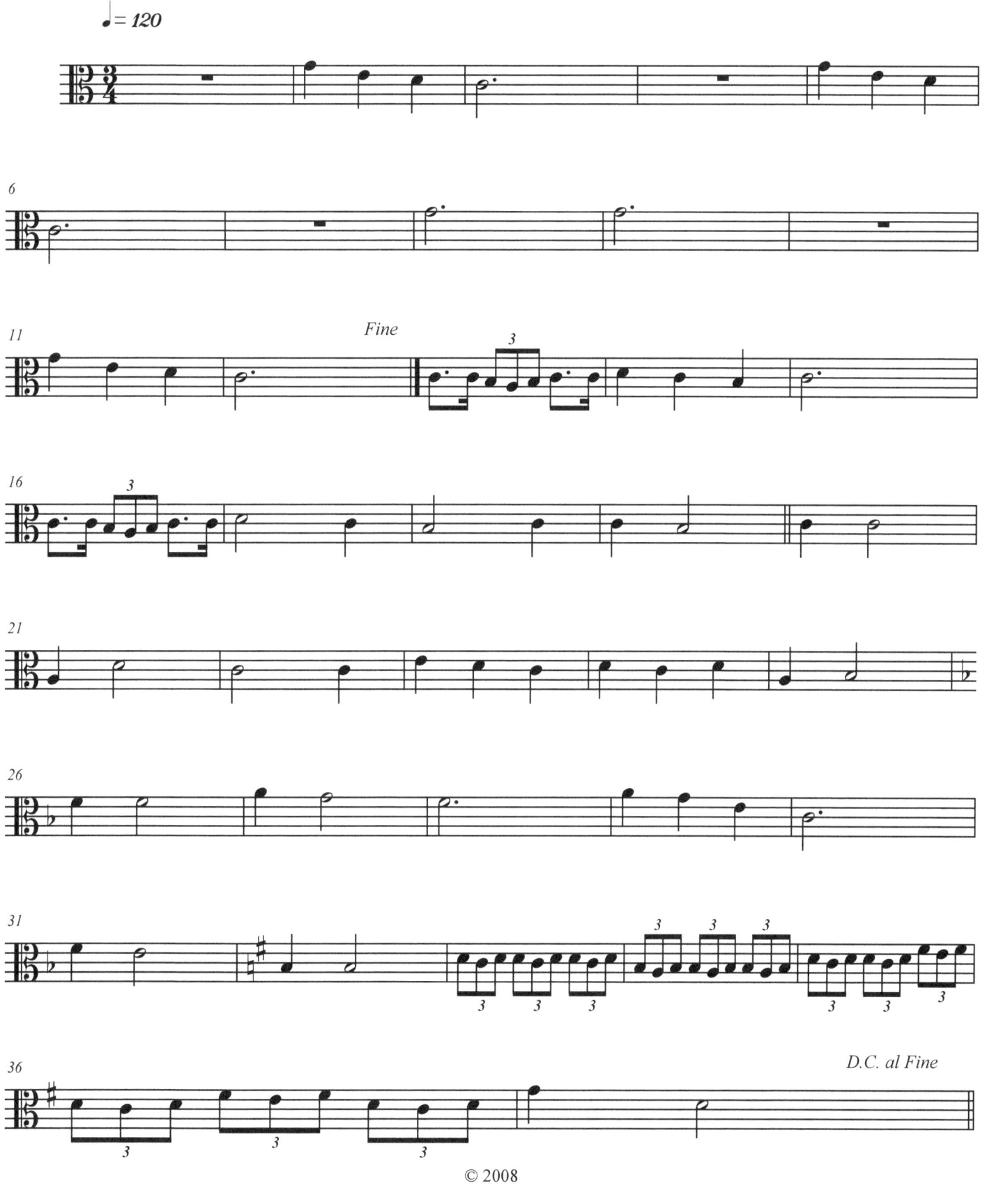

XII

Cello

Joost de Gro[...]

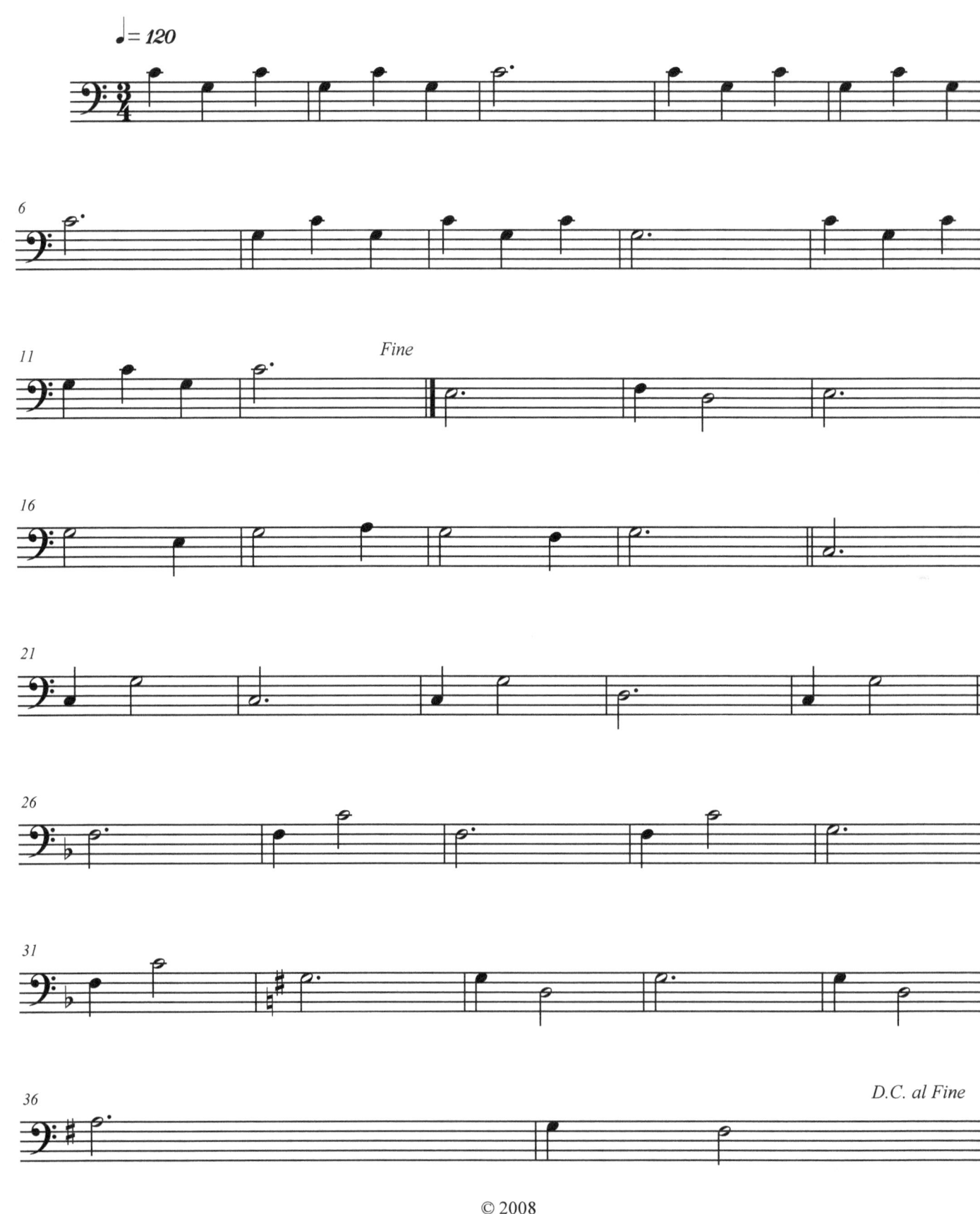

© 2008

XIII

Violin I

Joost de Groot

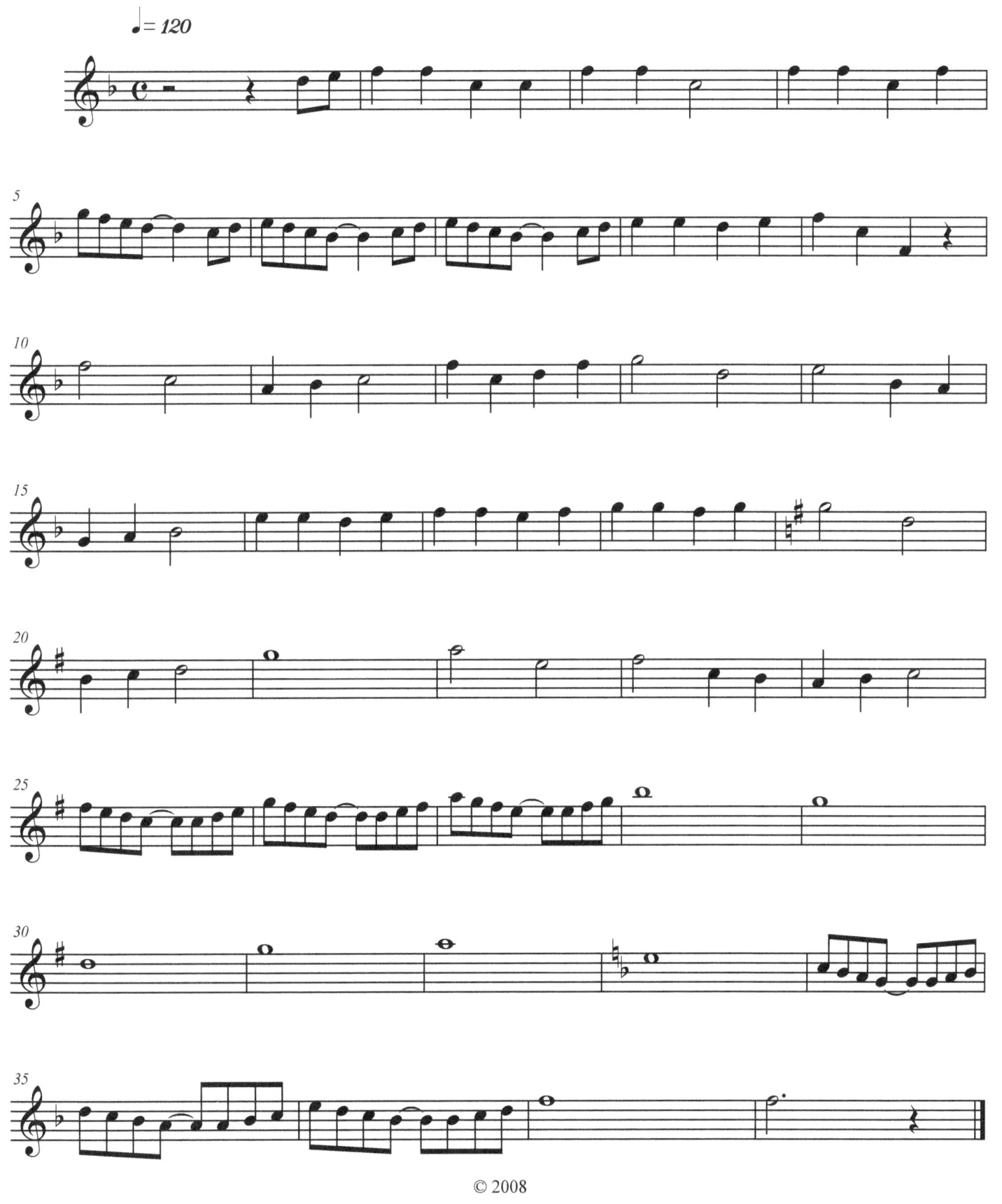

© 2008

Violin II
XIII
Joost de Groot

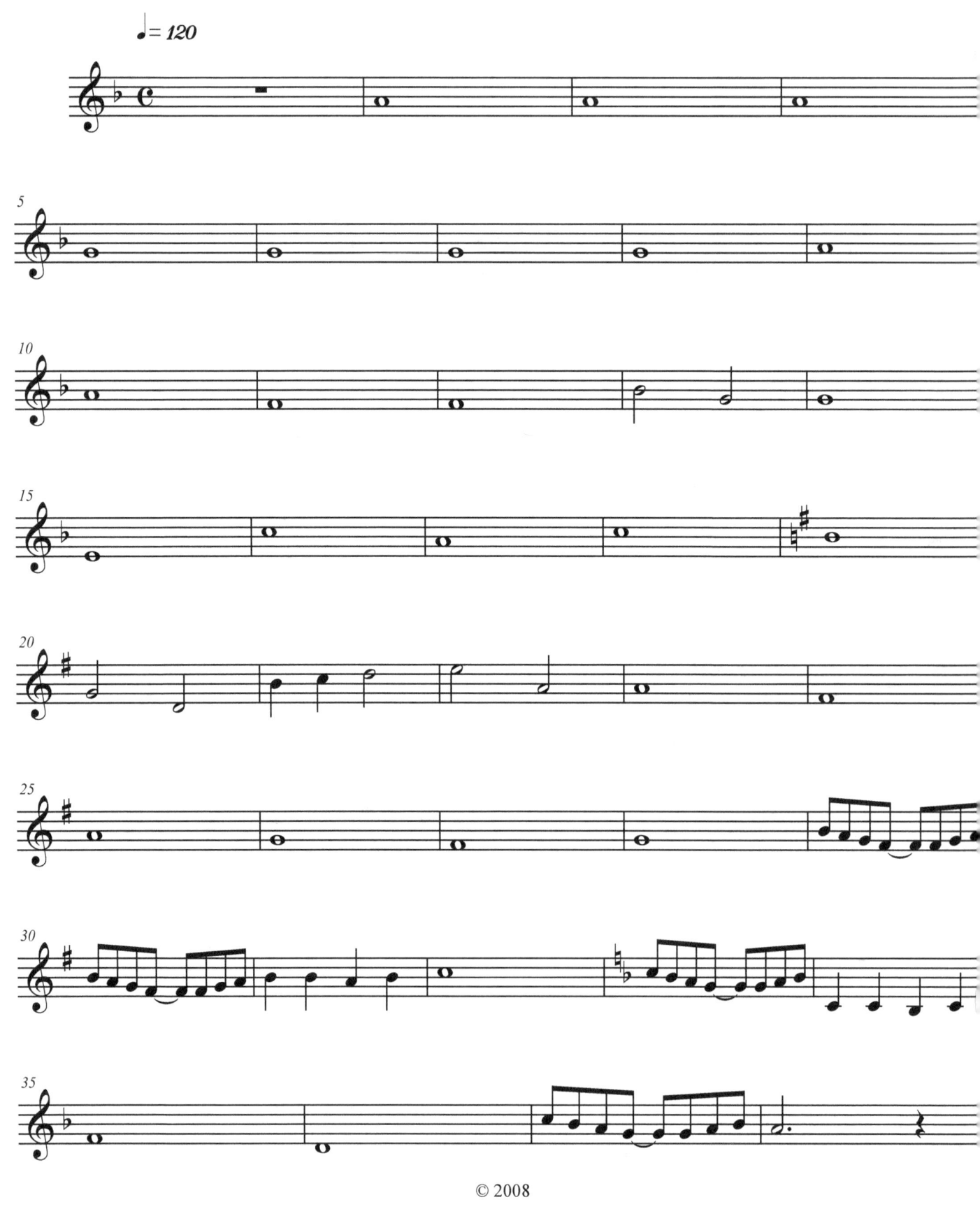

XIII

Joost de Groot

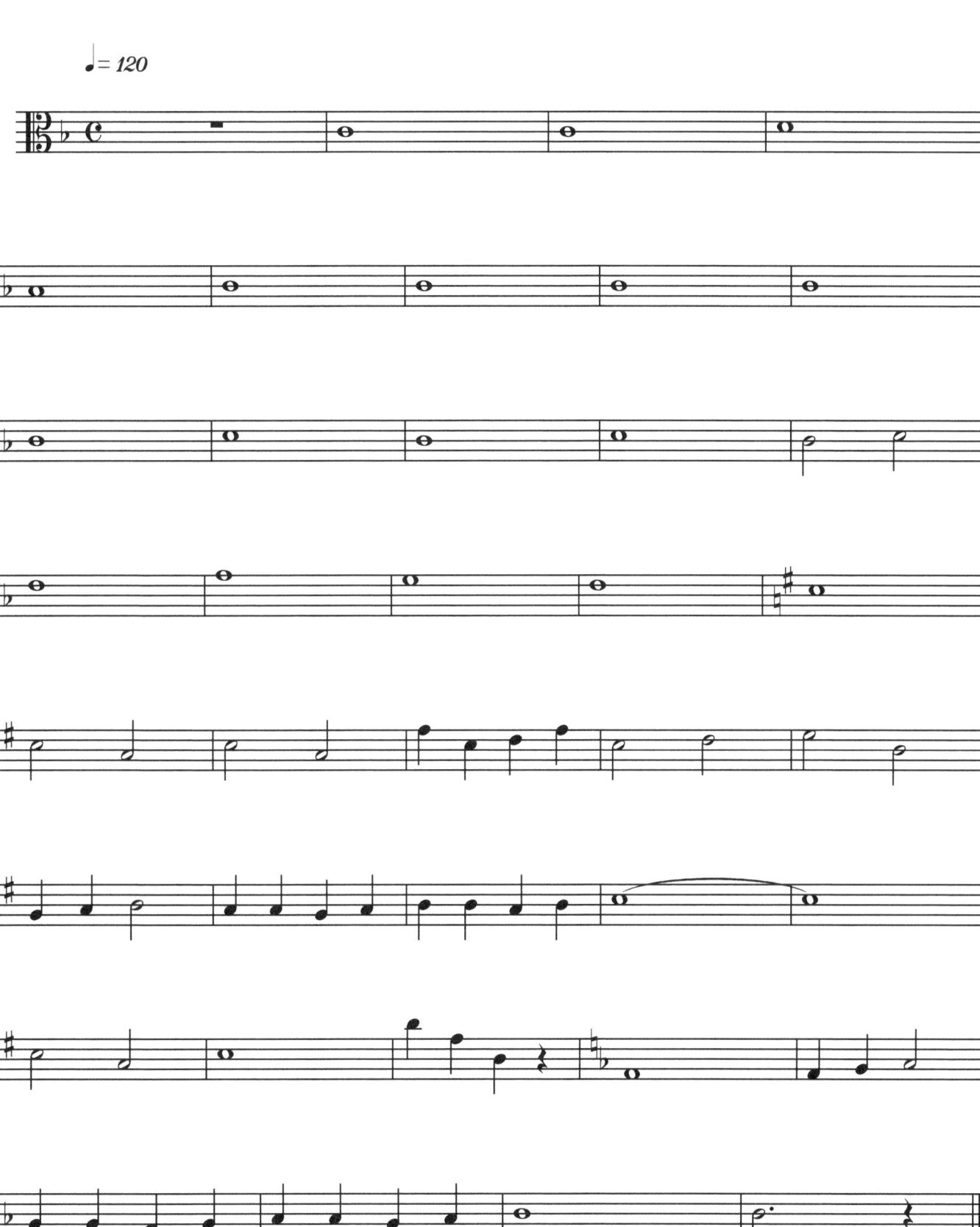

© 2008

Cello

XIII

Joost de Groot

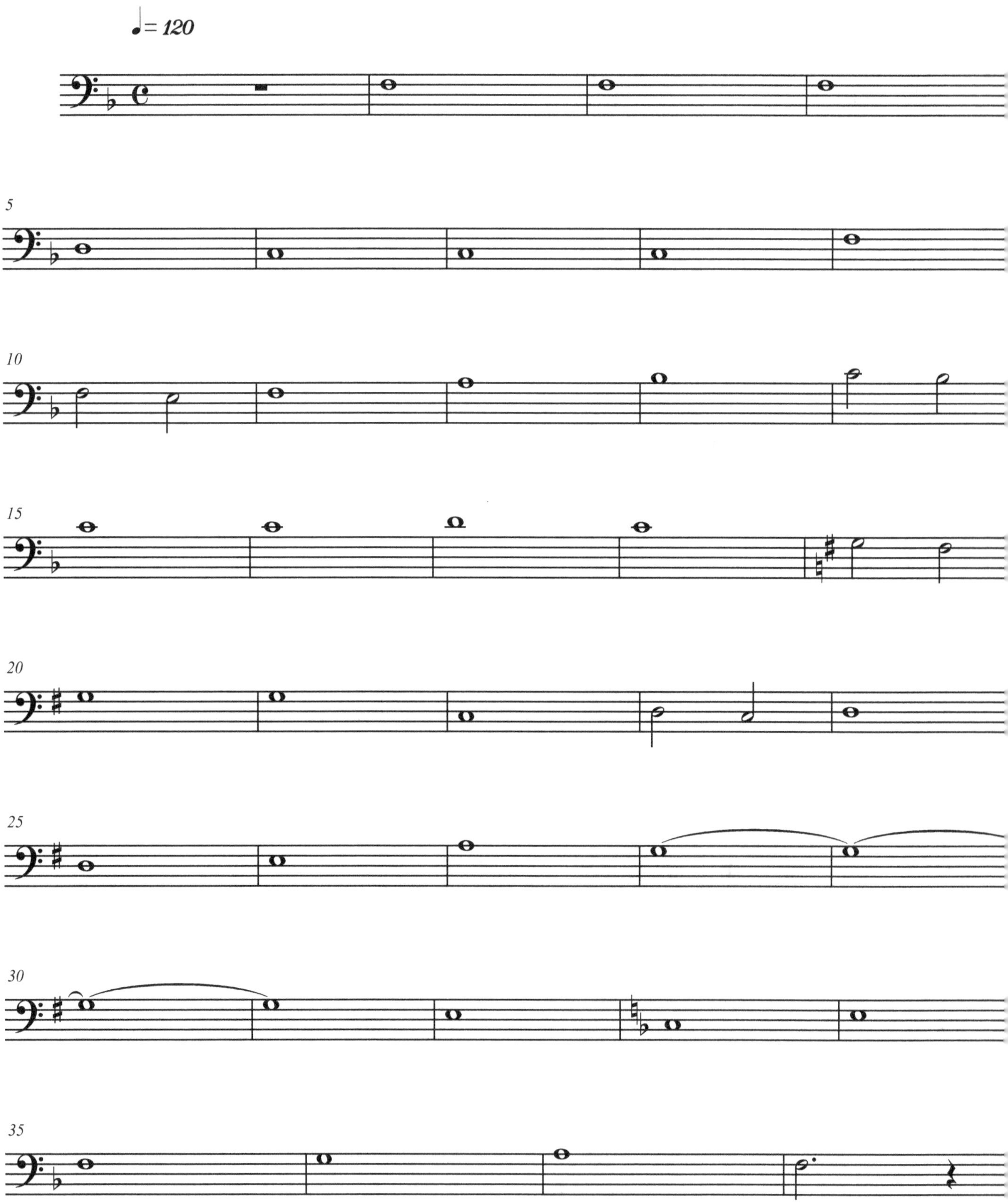

Violin I

XIV

Joost de Groot

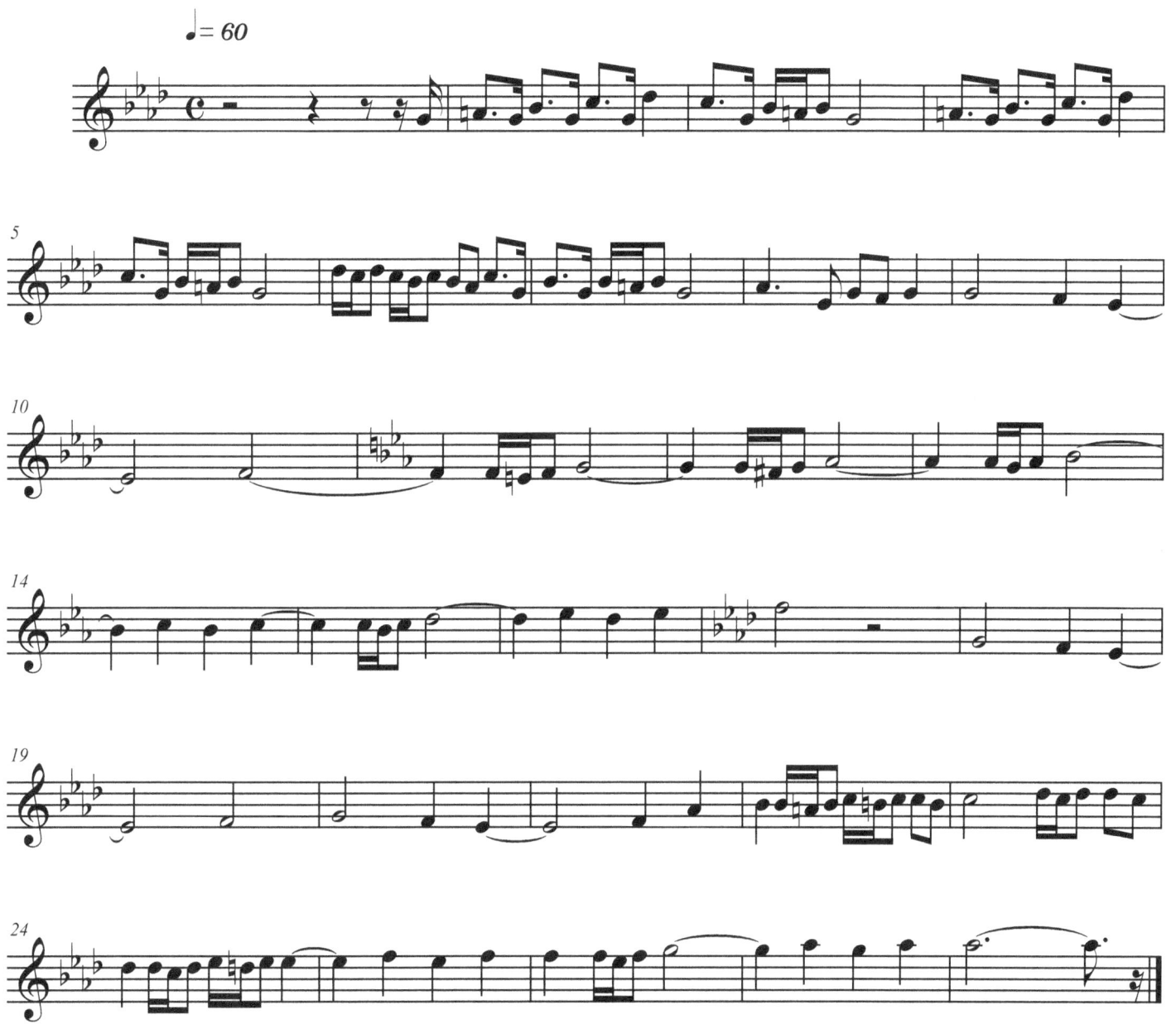

Violin II # XIV

Joost de Groot

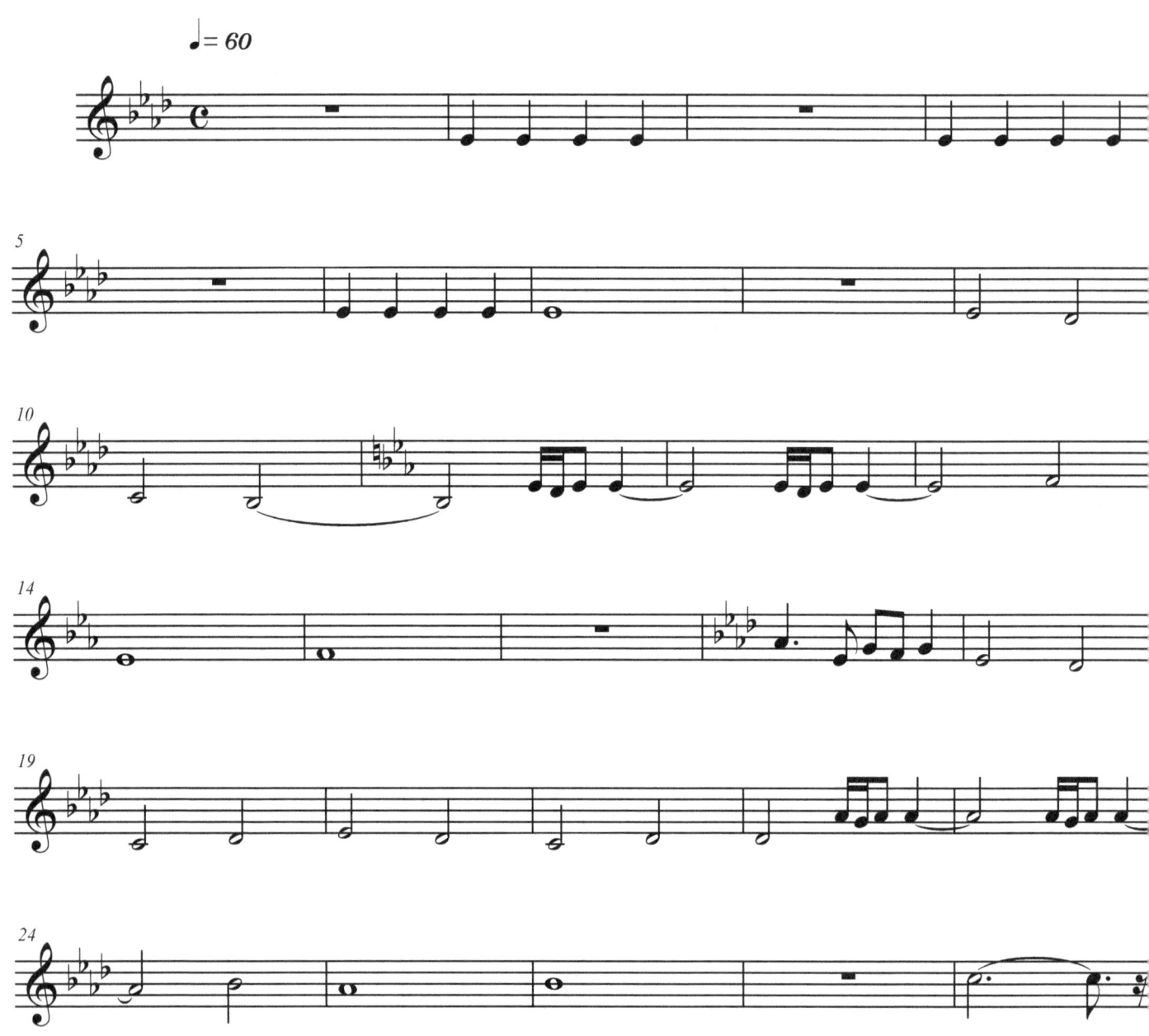

XIV

Viola

Joost de Groot

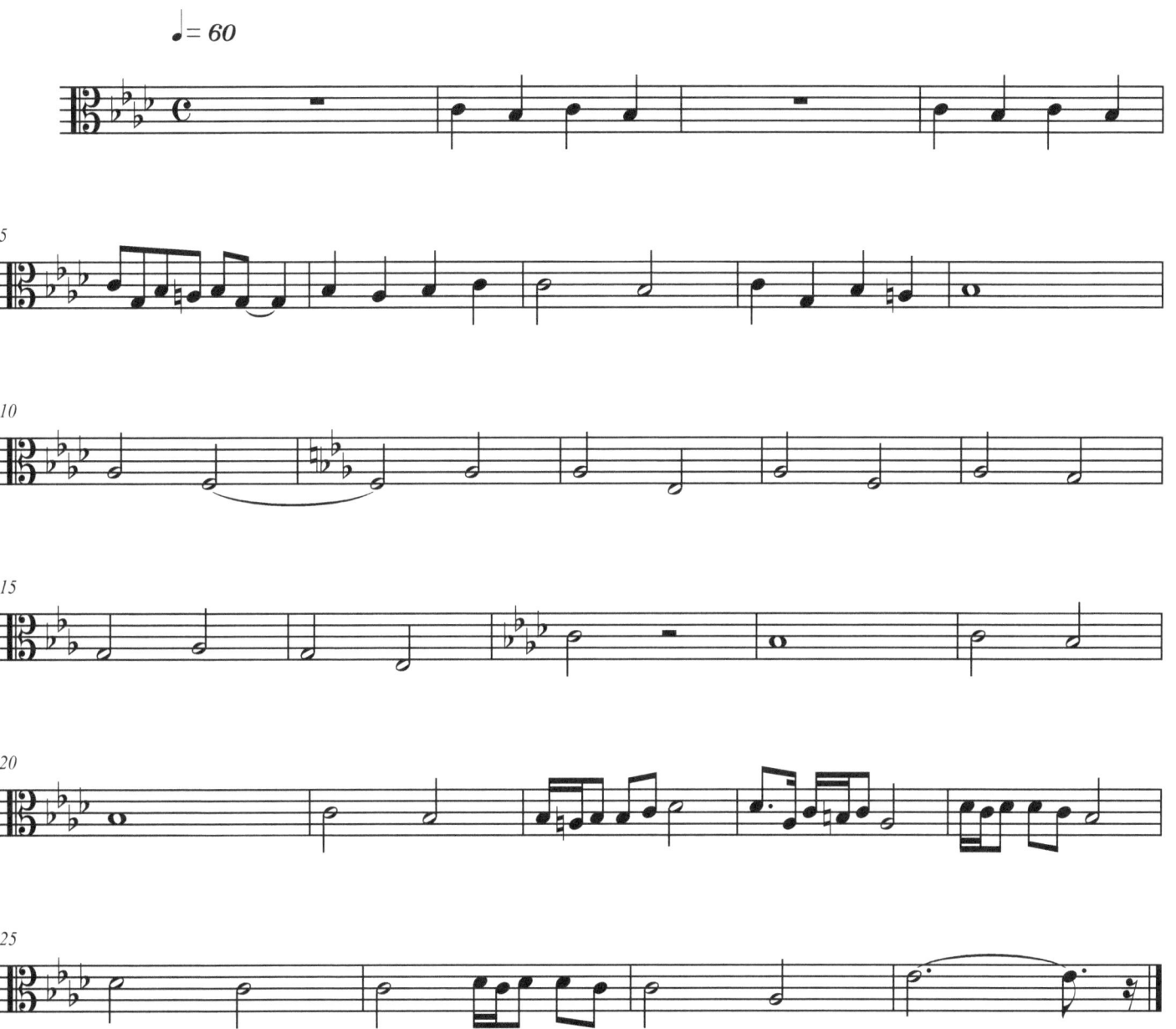

Cello

XIV

Joost de Groot

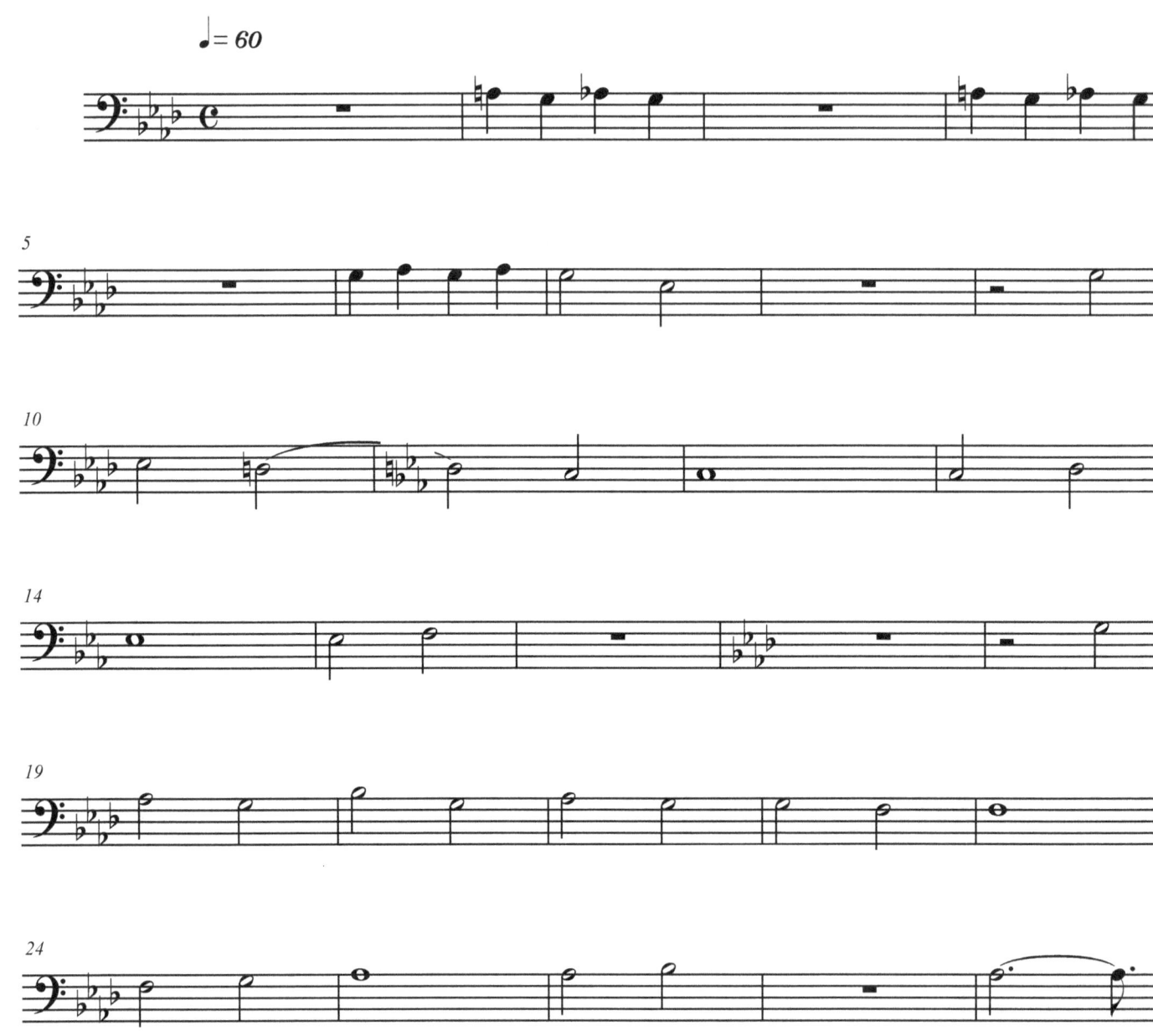

© 2008

XV

Violin I

Joost de Groot

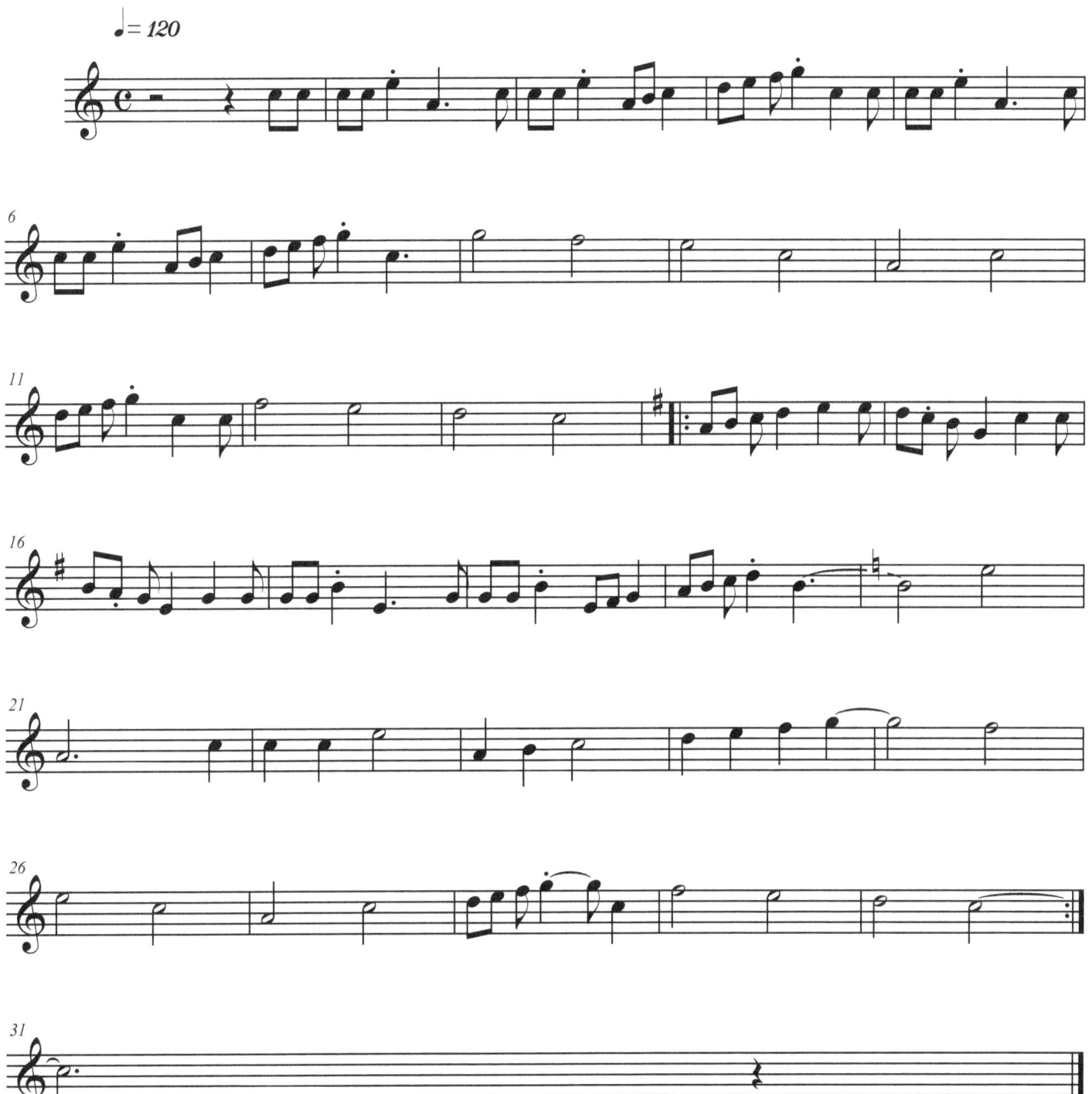

Violin II

XV

Joost de Gro[...]

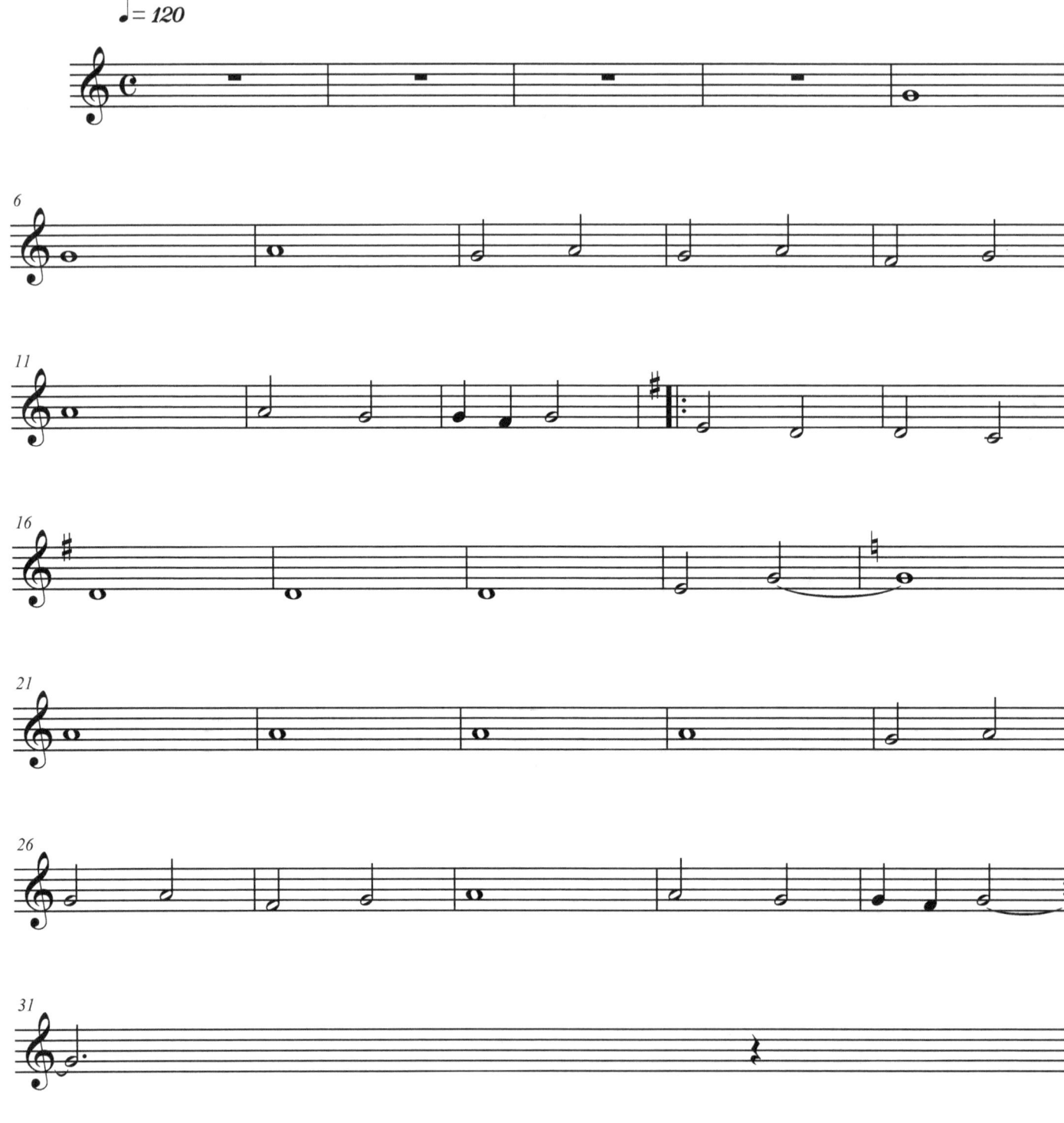

XV

Viola

Joost de Groot

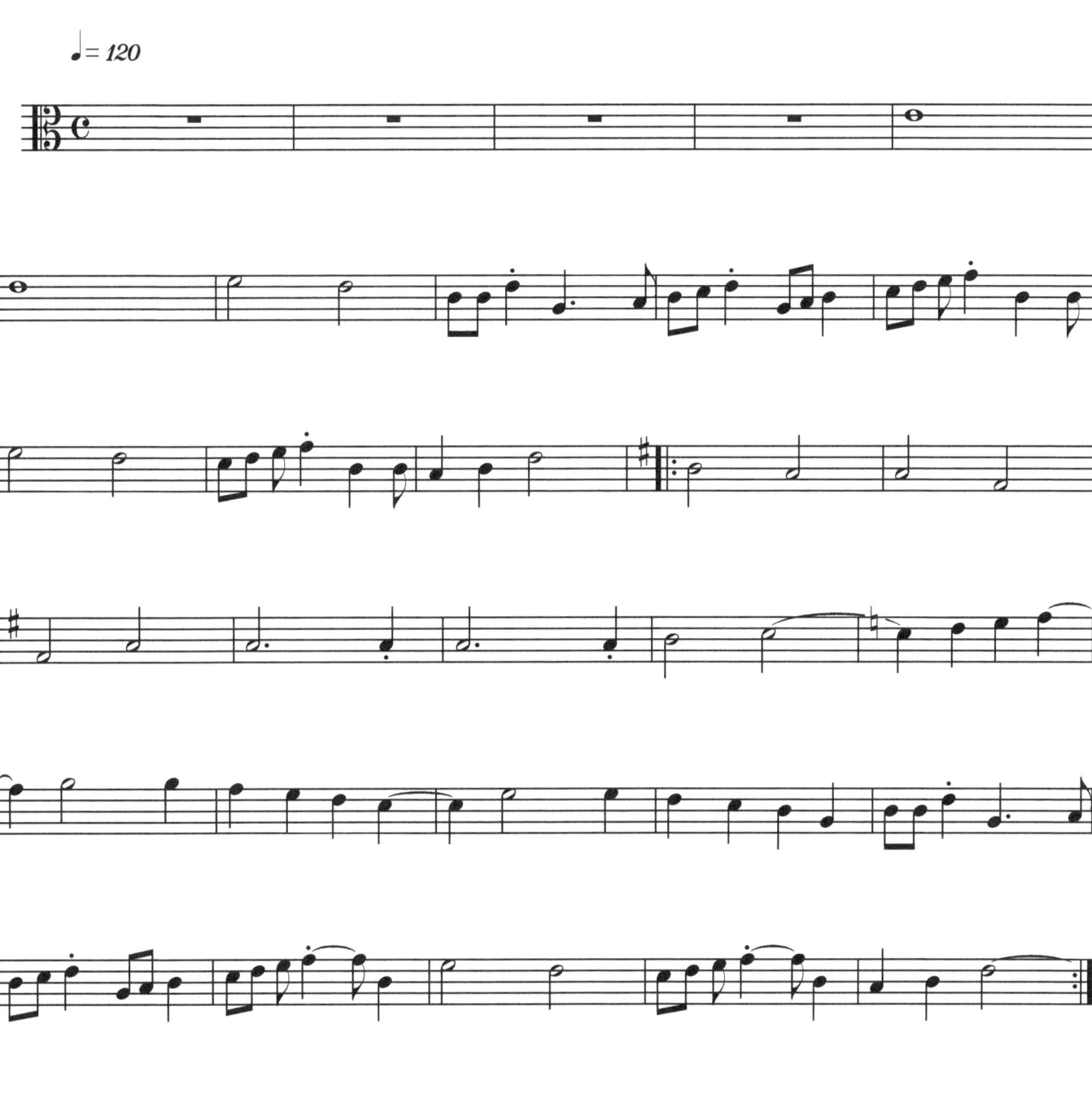

XV

Cello

Joost de Gr[...]

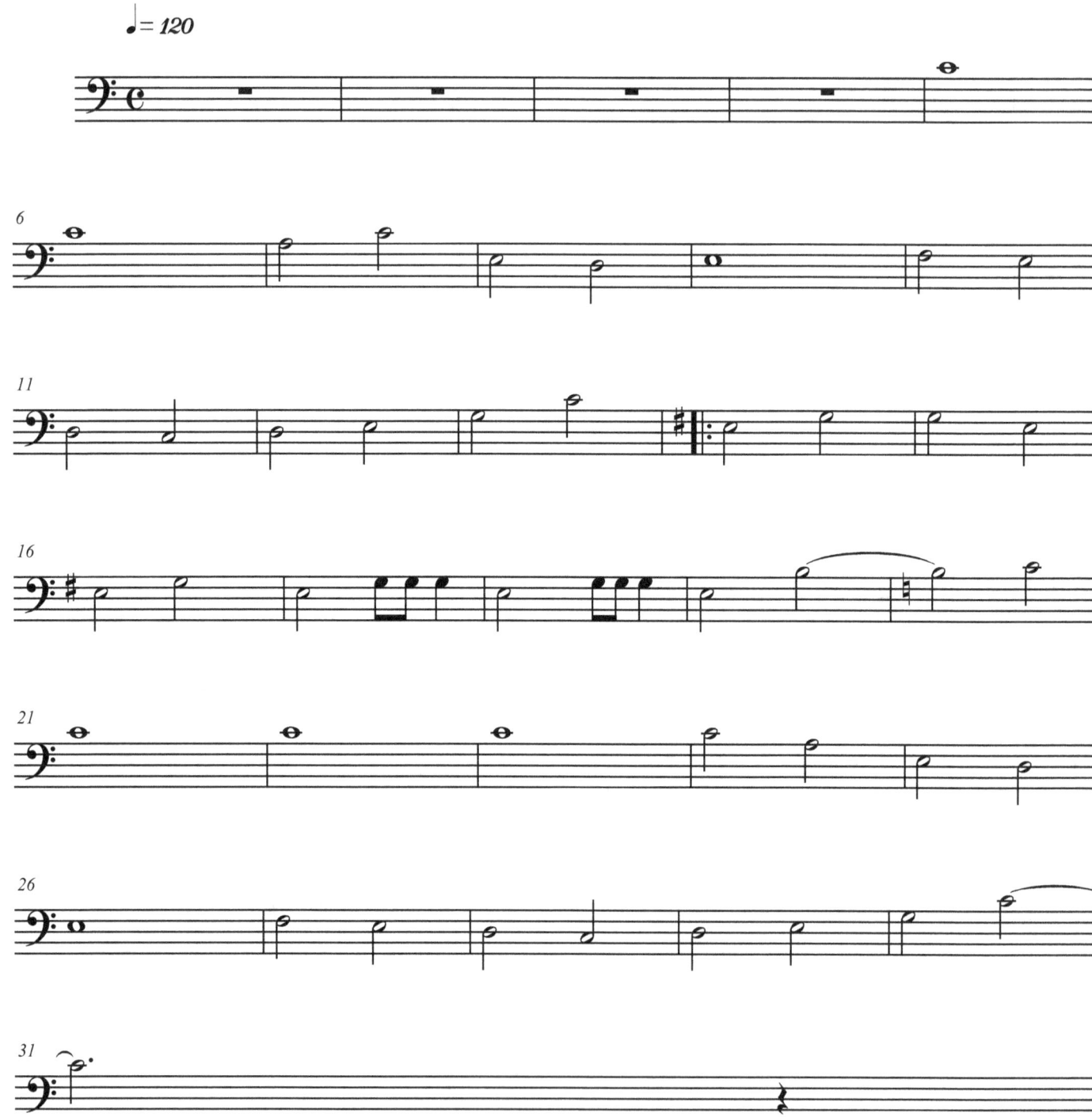

www.ingramcontent.com/pod-product-compliance
Lightning Source LLC
Chambersburg PA
CBHW081814220526
45470CB00006B/2314